இதுவும் கடந்து போகும்

பதின்மவயது நாவல்

துரை ஆனந்த் குமார்

டிஸ்கவரி பப்ளிகேஷன்ஸ்
எண்: 9, பிளாட் எண்: 1080A, ரோஹிணி பிளாட்ஸ்,
முனுசாமி சாலை, கே.கே.நகர் மேற்கு,
சென்னை-600 078. பேச: 99404 46650

இதுவும் கடந்து போகும்
(நாவல்)

ஆசிரியர்: **துரை ஆனந்த் குமார்**©

IDHUVUM KADANDHU POGUM
(Novel)
Author: **Durai Anand kumar**©

அட்டை, ஓவியங்கள்: அனந்த பத்மநாபன்

Printed : Jothi, Chennai -5.
First Edition: August - 2021
வெளியீட்டு எண்: 0022
ISBN: 978-81-953269-3-8
Pages: 80

Rs. 100

Publisher • Sales Rights

Discovery Publications	**Discovery Book Palace (P) Ltd**
No. 9, Plot,1080A, Rohini Flats, Munusamy Salai, K.K.Nagar West, Chennai - 600 078. Mobile: +91 99404 46650	No. 6, Mahaveer Complex, Munusamy Salai, K.K.Nagar West, Chennai-600 078. Ph: (044) 4855 7525 Mobile: +91 87545 07070

discoverybookpalace@gmail.com
WWW.DISCOVERYBOOKPALACE.COM

இந்த நூலில் பிரசுரமாகியுள்ள எந்த ஒரு பகுதியையும் பதிப்பாளரின் எழுத்துபூர்வமான முன்அனுமதி பெறாமல் எடுத்தாள்வதோ, மறுபிரசுரம் செய்வதோ, மொழியாக்கம் செய்வதோ, அச்சு மற்றும் மின்னணு ஊடகங்களில் மறுபதிப்பு செய்வதோ, காப்புரிமைச் சட்டப்படி தடை செய்யப்பட்டுள்ளது. இந்த நூலிலிருந்து குறிப்பிட்ட பகுதிகளை மேற்கோள்காட்டி புத்தக விமர்சனம் செய்ய, ஊடகங்களுக்கு மட்டும் அனுமதி உண்டு.

உங்கள் மொபைல் போனிலிருந்து ஸ்கேன் செய்து 'டிஸ்கவரி புக் பேலஸ்' மொபைல் ஆப்பை டவுன்லோடு செய்து, புத்தகங்களை வாங்குங்கள்.

முன்னுரை

குழந்தைகளுக்கான உலகம் என்பது சிறார்களுக்கானது மட்டுமல்ல! பாலகர்கள் (02), மழலைகள் (3-6), சிறார்கள் (7-12), பதின்ம வயதினர் அல்லது இளையோர் (13-19) என்று அனைவரையும் உள்ளடக்கியது. ஆனால், குழந்தைகளின் முதல் பன்னிரண்டு வயதுவரை அவர்களைக் கொஞ்சி, சீராட்டி, அவர்களின் கற்பனைத்திறனையும் படைப்புத்திறனையும் ஆராதிக்கும் பெரும்பாலான பெற்றோர்கள், பதின்ம வயதுக்குள் நுழையும் குழந்தைகளிடம் பேசுவதையும், பழகுவதையும், அவர்களுக்கு வழிகாட்டுவதையும் குறைத்துவிடுகின்றனர். நேரமின்மை, குழந்தைகள்தான் இப்போது வளர்ந்துவிட்டார்களே என்ற எண்ணம், அவர்கள் கேட்கும் கேள்விகள் ஒரு சிலவற்றுக்கு பதில் சொல்வது சங்கடமாக இருக்கிறது என்ற சிந்தனை... இப்படி பல நடைமுறைச் சிக்கல்கள் இருக்கின்றன.

நல்ல சிந்திக்கும் திறனுடன் பதின்ம வயதில் நுழையும் ஒரு குழந்தைக்கு, இன்றைய உலகில், ஊடகங்களில் காண்பிக்கப்படும் செய்திகள் மற்றும் ஹார்மோன் மாற்றங்களால், உடல் சார்ந்த, மனம் சார்ந்த, சமூகம் சார்ந்த விஷயங்களில் தெளிவான ஒரு பார்வையும், விளக்கமும், வழிகாட்டலும் தேவைப்படுகின்றது. ஆனால், இத்தகைய ஒரு ஆதரவு பெற்றோரிடம் இருந்து கிடைக்காத சூழலில், ஊடகங்களிலும் அரைகுறையாக அறிந்த சக நண்பர்களிடமும் பதில்களைத் தேடவேண்டிய நிலை உருவாகிறது. அப்படிக் கிடைக்கும் பதில்களின் நம்பகத்தன்மை ஒரு கேள்விக்குறியே!

இலக்கிய வளம் செறிந்த நம் தமிழில் பதின்ம வயதினருக்கு நீதி போதனை இன்றி வழிகாட்டும் நூல்கள் மிக மிகக் குறைவு என்பது என் கருத்து. சிறார் இலக்கிய எழுத்தாளர்கள் நிறைய எழுதவேண்டிய ஒரு களம் இது. உடல் மற்றும் மனம் சார்ந்த தெளிவு, உடல் ஈர்ப்பைப் புரிந்துகொள்ளல், சக அழுத்தத்தைத் தாண்டி வருதல், எதிர் பாலினத்தவரை மதிப்புடன் நடத்துதல்,

மன அழுத்தத்தைக் கையாளுதல், ரிஸ்க் எடுப்பதால் வரும் சிக்கல்களை எதிர்கொள்ளுதல் என்று, பதின்ம வயதினருக்கான, உளவியல் சார்ந்த சவால்கள் நிறைய உள்ளன. இது குறித்த ஏதாவது ஒரு சிறிய தெளிவு, இந்நூல் மூலம் குழந்தைகளுக்குக் கிடைத்தால் அதையே இந்நூலின் வெற்றி என்று கருதுவேன்.

இந்தக் கதையோட்டத்திற்குத் தேவைப்பட்டதால் ஒரு மருத்துவத் தம்பதியைப் பெற்றோராகச் சித்திரித்திருக்கிறேன். மற்றபடி, குழந்தைகளுக்கு உளவியல் ரீதியாக உறுதுணை புரிந்து வழிகாட்டுவதற்கு எல்லாப் பெற்றோராலும் முடியும். அதற்கு அவர்கள் மெத்தப் படித்த மருத்துவர்களாகவோ, உளவியல் வல்லுனர்களாகவோ, பொருளாதாரச் செழிப்பு உள்ளவர்களாகவோ இருக்கவேண்டும் என்றில்லை. குழந்தைகள் மீது அக்கறையும் கொஞ்சம் தரமான நேரமும் தேவை, அவ்வளவுதான்.

இந்தக் கதைக்குத் தேவைப்பட்ட சில மருத்துவ விளக்கங்களை அளித்துத் தெளிவுபடுத்திய, மனநல மருத்துவ நிபுணரான என் இனிய தோழி Dr. Srisudha Manjunath, MBBS, DPM, MD அவர்களுக்கு மனமார்ந்த நன்றியைத் தெரிவித்துக் கொள்கிறேன்.

குழந்தைகளுக்குத் தேவையான நல்ல விஷயங்களைப் பகிர்ந்து முன்னெடுக்கும் நல்மனங்களையும் நட்புகளையும் தேடித் தொடர்ந்து பயணிக்கிறேன்.

அன்புடன் உங்கள்,
துரை ஆனந்த் குமார்
kidstamilstory@gmail.com
Mobile & WhatsApp- 00971501974975

உள்ளே...

அத்தியாயம் 1   6
வயது 11: நான் குழந்தையா? பெரியவளா?

அத்தியாயம் 2   12
வயது 12: ஏன் செய்யக் கூடாது?

அத்தியாயம் 3   19
வயது 13: திரும்பக் கிடைத்த தோழி

அத்தியாயம் 4   28
வயது 14: மனம் என்னும் மாயவலை

அத்தியாயம் 5   35
வயது 15: இதுவும் கடந்து போகும்

அத்தியாயம் 6   45
வயது 16: எல்லாம் தெரிந்த ஜேக்

அத்தியாயம் 7   50
வயது 17: நேற்று இன்று நாளை

அத்தியாயம் 8   59
வயது 18: தன்னந்தனி ஒருவன்

அத்தியாயம் 9   69
வயது 19: தீக்குள் விரலை வைத்தால்

1

வயது 11 நான் குழந்தையா? பெரியவளா?

டாக்டர் ரவிசங்கரின் கார், பணி முடிந்து வீட்டுக்குள் வந்து, பார்க்கிங் பகுதியில் நின்றது. காரிலிருந்து இறங்கியவர் வீட்டுக்குள் நுழையும்போது குழந்தைகளின் சிரிப்புச் சத்தம் கேட்டது. அந்தச் சிரிப்பும் மகிழ்ச்சியும் அவரையும் தொற்றிக்கொண்டது. உள்ளே நுழைந்தவர், வீட்டுக்கூடத்தில் ஓடிப்பிடித்து விளையாடிக்கொண்டிருந்த குழந்தைகளிடம் தான் கொண்டு வந்த கேக் பெட்டியை வைத்துவிட்டு, “பிறந்தநாள் வாழ்த்துகள் ஸ்ருதி மா!” என்று சத்தமாகச் சொன்னார்.

அந்த வீட்டிலிருந்த குழந்தைகள் ஆர்வத்துடன் அவரிடம் ஓடி வந்தனர்.

“ஹாய் அங்கிள்!”

“ஹலோ மாமா!”

“ஐய், அப்பா!”

வெவ்வேறு உறவுப் பெயர்கள், ஆனால் எல்லாருடைய குரலிலும் அன்பும் உரிமையும்.

தன் மேல் ஏற முயன்ற ஸ்ருதியை தடுத்து நிறுத்திவிட்டுச் சொன்னார், “அங்கிள் இப்போதான் ஹாஸ்பிட்டலில் இருந்து வர்றேன், இதோ அஞ்சு நிமிஷத்துல குளிச்சிட்டு வந்து உங்க எல்லாரையும் கொஞ்சுறேன்.”

சீக்கிரம் குளித்து வேறு உடையில் வாசனையாக வந்தார். ஓடிச்சென்று அவர் மேல் தொற்றிக்கொண்ட ஸ்ருதி அவரிடம் கொஞ்சினாள், "என் பர்த்டே இவங்களுக்கே காலையிலதான் தெரியும், உங்களுக்கு எப்படி அங்கிள் தெரிஞ்சிது?"

"நான் டாக்டர்தானே?"

"ஆமா அங்கிள்!"

"என்ன டாக்டர் நானு?"

"சைக்காலஜி டாக்டர்."

"அதான் உன் மனசுல என்ன இருக்குன்னு எனக்குத் தெரிஞ்சி போச்ச்ச்ச்சு..." என ஸ்ருதியைத் தூக்க முடியாமல் தூக்கிக் கீழே இறக்கிவிட்டு மூச்சு வாங்கினார்.

அடுத்த ஐந்து நிமிடங்களுக்கு அவர்கள் மும்முரமாகக் கேக் வெட்டி, பாட்டுப் பாடிக்கொண்டு இருக்கப்போகிறார்கள். அதற்குள் இவர்களைப் பற்றிக் கொஞ்சம் தெரிந்துகொள்வோமா?

டாக்டர் ரவிசங்கர் சென்னையில் ஒரு மிகப் பிரபலமான மனநல மருத்துவர். கிண்டியில் லீ மெரிடியன் அருகில் சொந்தமாக ஒரு பெரிய மருத்துவமனை வைத்து இருக்கிறார். அவருடைய மனைவி டாக்டர் லாவண்யா அதே மருத்துவமனையில் மகளிர் சிறப்பு மருத்துவராக இருக்கிறார்; நிர்வாகத்திலும் பங்கெடுக்கிறார். பதினோரு வயது மகள் நிஷா, அதே வயதில் மகன் ஆதி என்று இரட்டைச் செல்வங்கள். பிள்ளைகள் இருவருக்கும் அப்பாதான் ஹீரோ. அவர்களின் நண்பர்களுக்கும் டாக்டர் ரவியை மிகவும் பிடிக்கும். வகுப்பு நண்பர்கள் பலர், ஆதிநிஷாவுடன் நன்கு பழகிவந்தனர். அதில் முக்கியமானவர்கள், வீட்டில் வந்து அவ்வப்போது இரவும் தங்கி கொட்டமடிக்கும் ஸ்ருதி, நிலா, ரிஷி, சாரா, தன்ஷிகா மற்றும் ராபர்ட் ஆகியோர்தான். குழந்தைகள் ஒன்றாக விளையாடுவதையும் நட்புடன் பழகுவதையும் பார்த்து ரசிப்பார்.

இரவு உணவுக்குப் பிறகு, குழந்தைகள் அவரைத் தூங்க விடவில்லை. ராபர்ட் தான் ஆரம்பித்தான், "இன்னைக்காச்சும் கதை சொல்லுங்க அங்கிள்!"

அவர் மனைவிக்குச் சிரிப்பு தாங்க முடியவில்லை, "அங்கிள் கதையை சொன்னார்னா யாருக்கும் புரியாதுப்பா. செமினார் மாதிரி இருக்கும்."

அதன் பிறகு லாவண்யா சொன்ன கதையைக் கேட்டுவிட்டு, குழந்தைகள் எல்லாரும் மகிழ்வுடன் தூங்க ஆரம்பித்தார்கள். சிரித்த முகத்துடன் தன்னுடைய அறைக்குக் கிளம்பிய டாக்டரின் புன்னகை பாதியிலேயே நின்றது. இந்த நேரத்தில் ஸ்ருதி ஏன் இன்னும் தூங்காமல் பலமான யோசனையோடு இருக்கிறாள்?

"என்னடா, இன்னும் தூங்கலையா?" என்று கேட்டவரை ஒரு குழப்பத்தோடு பார்த்தாள். "நீங்க பெரிய டாக்டர் தானே?"

"நாலு பேர் அப்படித்தாம்மா சொல்றாங்க."

"அப்டின்னா சொல்லுங்க அங்கிள். நான் குழந்தையா? இல்ல, பெரிய பொண்ணா?"

"ஏன்... என்னம்மா திடீர்னு?"

"சொல்லுங்க அங்கிள், ஜோக் எதுவும் அடிக்காதீங்க!" ஸ்ருதியின் மெல்லிய கண்ணீரையும் துடிக்கும் சிறிய உதடுகளையும் பார்த்தவர், மெதுவாக அவளைக் கூட்டிக்கொண்டு வந்து கூடத்தில், சோஃபாவில் அமர வைத்தார்.

"இந்தத் தண்ணியைக் குடிச்சிட்டு சொல்லு. உன்னை யாரு, என்ன சொன்னாங்க?"

"எங்க அப்பாவுக்கும் அம்மாவுக்கும் என்னைப் புடிக்கல அங்கிள். ஒரு நேரம் அவங்க பேசிக்கிட்டு இருக்கும்போது நான் கூடப் போய் உக்காந்தா, 'நீ குழந்தை, வாய் பாக்காத! போய் ஹோம் ஒர்க் பண்ணுன்'னு சொல்றாங்க!"

"சரிம்மா, நீ இப்ப குழந்தைதானே!"

"அப்டின்னா எதுக்கு மத்த நேரத்தில, 'வயசாயிடுச்சு, ஆனா ஒரு வேலையும் செய்யத் தெரியல, எப்பப் பாரு குழந்தை மாதிரி கதை கேட்டுகிட்டு உக்காந்திருக்கன்'னு சொல்றாங்க?"

தலைநகரின் தலைசிறந்த மனநல மருத்துவர், அந்தச் சிறு பெண்ணின் கேள்வியால் திக்குமுக்காடிப் போனார்.

எதிர்பாராத அந்தக் கேள்விக்கு என்ன பதில் சொல்லலாம் என யோசிக்கும்போது நல்லவேளையாக அவரது மொபைல் அடித்தது. அந்த வாய்ப்பைப் பயன்படுத்திக்கொண்டு பேசியபோதே இவளுக்கு என்ன பதில் சொல்லலாம் என்று யோசித்துவிட்டார்.

மொபைல் பேசி முடித்தவுடன், "ஸ்ருதிக்குட்டி, இன்னிக்கு உங்கப்பா எனக்கு போன் பண்ணாரு... ஆமா! இல்லேன்னா உன்னோட பர்த்டே எனக்கு எப்படித் தெரியும்? போன் பண்ணிட்டு சொன்னாரு, இன்னிக்கு ஸ்ருதிக்கு பர்த்டே, நான் ஆஃபீஸ் வேலையா மதுரை வந்துட்டேன். என் மனைவி அவங்க ஆபீஸ் ஆடிட்ல ரொம்ப பிசி. அதனால நீங்க தப்பா நினைக்கலேன்னா ஸ்ருதியை உங்க வீட்டுல தங்க வெச்சிருங்க, அங்கேயாவது அவ நண்பர்கள் கூட ஜாலியா இருப்பா, பாவம்! அப்படின்னாரு."

"நீங்க வீட்டுக்கு வருவதுபோல அப்பா ஏன் வர மாட்டேங்கறாரு? என் கூட நேரத்தை செலவழிக்க மாட்டேங்கறாரு? கேட்டா, நீ இன்னும் சின்னக் குழந்தை இல்லேங்கறாங்க..."

"ஸ்ருதிம்மா, அப்பாவை யாருடனும் ஒப்பிடக் கூடாது. எனக்கும் அவசர கேஸ் எல்லாம் சிகிச்சைக்கு வரும், அப்போது அப்படியே ஓடிவிடுவேன். இன்னிக்கு நேரம் கிடைத்ததால் வந்தேன். நான் எப்போது வீட்டுக்கு வந்தாலும் என்னை யாரும் எதுவும் சொல்ல மாட்டாங்க, அது என்னோட மருத்துவமனை. உங்கப்பா அப்படி இல்லை. விற்பனை தொடர்பான வேலை, எவ்வளவு அழுத்தத்தோடு வேலை பாக்கறாரு தெரியுமா?"

"எனக்கும் அவரைப் பாத்தாப் பாவமாதான் இருக்கும் அங்கிள்; ஆனால், நீங்க இன்னும் என் கேள்விக்கு பதில் சொல்லவே இல்லையே! நான் குழந்தையா..? பெரியவளா?"

"சொல்றேன் ஸ்ருதிம்மா, போன வீக் எண்ட் நீ, உங்க நண்பர்கள் எல்லாம் என்ன செஞ்சீங்க?"

"ம்ம்ம், ராபர்ட் வீட்டுக்குப் போனோம் அங்கிள். அவங்க அம்மா, நான்ஸி ஆன்ட்டி எங்க கூட விளையாடினாங்க; அப்புறம் கண்ணை உருட்டி, வேற வேற குரல்ல கதை சொன்னாங்களா, செம்மயா இருந்துச்சு!"

"உங்க கூட சேர்ந்து விளையாடுவதற்கு, அந்த ஆன்ட்டி என்ன குழந்தையா?"

"ஐயோ அங்கிள், அவங்க பெரிய்ய்ய்யவங்க!"

"உன்னோட கேள்விக்கு இதுதாம்மா பதில்... என்னடா பாக்கற..? மழையில் நனைவது, மகிழ்ச்சியா சிரிச்சிக்கிட்டு இருக்குறது இதுக்கெல்லாம் வயசு வரம்பு கிடையாது. குழந்தைத்தன்மை அப்படிங்கறதும் அதே போலத்தான்!

❏ இதுவும் கடந்து போகும்

எல்லாருக்குள்ளயும் இருக்குது. இத்தனை வயசு வரைக்கும்தான் கதை கேக்கணும்னு எந்தக் கட்டுப்பாடும் இல்லை. பெரியவங்க டாம் அண்ட் ஜெர்ரி பாக்குறது இல்லையா? ஹேரி பாட்டர் படிக்கறது இல்லையா? உனக்கு எத்தனை வயசு வரைக்கும் கதை கேக்கணும்னு ஆர்வம் இருக்குதோ, அத்தனை வயசு வரைக்கும் ஜாலியாகக் கேக்கலாம். ஓகே?

"ஓகே அங்கிள்!"

"ஆனா, குழந்தை என்று சொல்வதெல்லாம், உடம்பு மற்றும் வயது சம்பந்தப்பட்டது. டீன் ஏஜ் வந்த பிறகு, நீ உடம்பால் முழுதாகக் குழந்தையும் இல்லை, பெரிய பொண்ணும் இல்லை; கொஞ்சம் கொஞ்சமாக நீ ஒரு பெரிய பொண்ணாக மாற ஆரம்பிக்கிறாய். அப்போது உன் நடை, உடை, பாவனை கொஞ்சம் மாறும். உன்னோட வேலைகளை நீயாக திட்டம் போட்டு, சுயமாகச் செஞ்சிக்கணும். அப்படி செய்யவில்லை என்றால், நீ என்ன குழந்தையான்னு கேக்கத்தான் செய்வாங்க."

"………"

"குழந்தையா இருப்பது, குழந்தைத்தன்மையோட இருப்பது இந்த இரண்டும் வேறு வேறு. இந்தப் பதினோரு வயசுல நீ உடம்பால குழந்தையா இருக்க; ஆனா, இன்னும் எவ்வளவு முடியுதோ அவ்வளவு காலத்திற்கு மனசுக்குள்ளே குழந்தைத்தன்மையோட இருக்கணும்!"

"ம்ம்"

"ஒரு சிறிய விதை பூவாகிக் காயாகி எப்படி இயல்பாகக் கனியுதோ, அதுபோலக் கொஞ்சம் கொஞ்சமாகப் பெரிய பெண்ணாக வளர்ந்தால் போதும்; உன் குழந்தைத் தன்மையை நீயும் கொண்டாடு, நாங்களும் உன்னைக் கொண்டாடுவோம். குழந்தையா இருப்பதை என்ஜாய் பண்ணும்மா, புரியுதா?"

"நல்லாப் புரியுது அங்கிள்!"

"என்னம்மா புரிஞ்சது?"

"டாக்டர்கிட்ட கேள்வி கேக்கவே கூடாதுன்னு" கலீரென சிரித்துக்கொண்டே, மற்ற குழந்தைகள் தூங்கும் இடத்தை நோக்கித் தெளிவுடன் நடந்து போனாள். அதைப் பார்த்த ரவி, 'காமெடி செய்தாலும்கூட புத்திசாலியான ஸ்ருதி, சரியாகப் புரிந்து கொண்டாள்' என்ற நிம்மதியுடன் தன் அறைக்குக் கிளம்பினார்.

துரை ஆனந்த் குமார் ❑

2

வயது 12 ஏன் செய்யக் கூடாது?

டாக்டர் ரவிசங்கருக்கு ஆச்சரியமாக இருந்தது. இப்போது தான் பிள்ளைகளுக்குப் பதினோராவது பிறந்தநாள் கொண்டாடியது போல இருக்கிறது. அதற்குள் பன்னிரெண்டாம் பிறந்தநாளே வந்துவிட்டது. வீடே ஜொலித்துக்கொண்டிருந்தது.

பேக்கரியிலிருந்து பணியாளர்கள் வந்தபோது எங்கே எதை வைக்கவேண்டும் என்று ராபர்ட்தான் அவர்களிடம் சொல்லிக்கொண்டு இருந்தான். ஆதி, நிஷா இருவரும் இரட்டையர்கள் என்பதால் ஒரே பிறந்தநாள் விழாவாகப் பெரிய கேக்கை ஒன்றாக வெட்டினர். விழா முடிந்த பிறகு எல்லா நண்பர்களும் ஒன்றாக விளையாடிக்கொண்டு இருந்தனர். அவர்களது குழுவில் சாரா மட்டும் இல்லை என்று உணர்ந்த ரவி, "நிஷா! சாரா எங்கே?" என்று கேட்டார்.

"அவ வரமாட்டாப்பா."

"ஏன் ஊரில் இல்லையாம்மா?"

"இல்லேப்பா, அது வந்து... அவ இப்ப..." என்று நிஷா தடுமாறினாள்.

உடனே ஆதி, பேச்சின் உள்ளே புகுந்தான், "நம்ம நிஷாவும், சாராவும் பேசுவது இல்லைப்பா, அவங்களுக்குள்ள டெர்ம்ஸ் சரி இல்லை! அதனாலதான் நான் இன்வைட் பண்ணிக்கூட அவ வரல!"

ரவிக்கு சிரிப்புதான் வந்தது. முளைத்து மூன்று இலை விடுவதற்குள் டெர்ம்ஸ் சரி இல்லையாம். சின்னப் பசங்க இப்படி சண்டை போடுவது, திரும்ப நண்பர்கள் ஆவதுஎல்லாம் சகஜம். இதில் பெரியவர்கள் எதற்குத் தலையிடவேண்டும் என்று அமைதியாக இருந்துவிட்டார்.

சில நாட்களுக்குப் பிறகு, மாலுக்குப் பிள்ளைகளைக் கூட்டிக்கொண்டு சென்றிருந்தார். பிள்ளைகளை விளையாடும் இடத்தில் விட்டுவிட்டு, ஒரு கேப்பச்சினோ குடிக்கலாம் என உணவகம் இருந்த பகுதிக்கு வந்தார். அங்கே ஒரு மேஜையில் இரண்டு சிறுமிகளைப் பார்த்தார். அவர்கள் ஆதிநிஷாவின் தோழிகளான சாராவும் தன்ஷிகாவும்தான்.

தன்ஷிகா, இவரைப் பார்த்ததும், "அங்கிள்! நல்லா இருக்கீங்களா?" என்று கேட்டாள். "நல்லா இருக்கேம்மா, நீங்க எல்லாரும் எப்படி இருக்கீங்க?" என்றபோது இவரைக் கண்டும் காணாததுபோல அந்த சாரா வேறெங்கோ பார்த்துக்கொண்டு இருந்ததை கவனித்தார். ஒரு பக்கம் வேடிக்கையாக இருந்தாலும், தோழிகளை ஏன் சேர்த்து வைக்கக் கூடாது எனவும் அவருக்குத் தோன்றியது. அருகில் சென்று, "சாரா! எப்படிம்மா இருக்க?" என்று புன்னகையுடன் கேட்டார். இவர் தன்னிடம் வருவார்னு சாரா எதிர்பார்க்கவில்லை. "நல்..நல்லா இருக்கேன் டாக்டர்!"

அங்கிள், கோபத்தில் டாக்டர் ஆகிவிட்டது என மனதிற்குள் சிரித்துக்கொண்டார். "என்னம்மா நீயும் நிஷாவும் பேசறது இல்லையாமே, ஏன்? நான் வேணா நிஷா கிட்ட பேசட்டுமா? என்கிட்டே சொல்லலாம்னா சொல்லும்மா"ன்னாரு.

வழக்கமாகப் பேசுவதுபோல இல்லாமல், சாரா வேறெங்கோ பார்த்துக்கொண்டு, "நிஷா முன்ன மாதிரி இல்ல அங்... டாக்டர். வந்து..." என்றபோது, சாராவின் அம்மா உணவகத்திலிருந்து சாப்பிடும் பொருள்களை வாங்கிக்கொண்டு மேஜைக்கு வந்துவிட்டார். அதுவரை ரவி, சாராவின் அப்பாவிடம்தான் பேசியிருந்தார். அம்மாவிடம் அறிமுகம் இல்லாததால், விசிட்டிங் கார்டு கொடுத்துத் தன்னை அறிமுகம் செய்துகொண்டு ஓரிரு வார்த்தைகள் பொதுவாகப் பேசிவிட்டுக் கிளம்பினார். விளையாடும் இடத்தில் இருந்த ஆதி, நிஷாவைக் கூட்டிக்கொண்டு வீட்டுக்கு வந்துவிட்டார்.

❏ இதுவும் கடந்து போகும்

இரவு உணவுக்குப் பிறகு தொலைக்காட்சியில் செய்திகளைப் பார்த்துக் கொண்டிருந்தார். பிள்ளைகள் உறங்கிவிட்டிருந்தனர். லாவண்யா யாரிடமோ தொலைபேசியில் பேசிக்கொண்டு இருந்தார். அப்போது அவருடைய அலைபேசி மென்மையாக அழைத்தது. டாக்டருக்கு 24 மணிநேரமும் போன் வரும், ஆனா, இது ஒரு புது எண், அதனால், யாராக இருக்குமென யோசித்தபடியே, "ஹலோ" என்றார்.

"வணக்கம் சார், நான் ரேகா, சாராவோட அம்மா, இன்னைக்குப் பார்த்தோமே! இப்போது பேசலாமா?"

"வணக்கம் மேடம்! நீங்கதானா? புது நம்பர்னு பாத்தேன், சொல்லுங்க" என்றார்.

"இன்னிக்குப் பசங்க முன்னால் பேச முடியவில்லை; நல்ல வேளை நீங்க விசிட்டிங் கார்டு குடுத்தீங்க. அதனாலதான் என்னால அழைக்க முடிஞ்சிது."

தொலைக்காட்சியை நிறுத்திட்டு நிதானமாகப் பேசினார், "சொல்லுங்க!"

"சார், இப்போ ரெண்டு மூணு மாசமா ரெண்டு பேருக்கும் பேச்சு வார்த்தையே இல்ல! எனக்கு என்ன செய்யறதுன்னு தெரியல, நீங்க மன நல மருத்துவர்னு விசிட்டிங் கார்ட்ல பாத்தேன், அதான் என்ன செய்யலாம்னு உங்க கிட்ட கேக்குறதுக்குப் போன் பண்ணேன் சார்."

"சின்னப்பசங்க இன்னிக்கு சண்டை போடுவாங்க, நாளைக்கு சமாதானம் ஆயிடுவாங்க, இதற்கு மருத்துவர் எதற்கு?" என ரவி சொல்லி முடிப்பதற்குள் ரேகா வேகமாகக் குறுக்கிட்டார், "அவதான் சின்னப்பொண்ணு, இவரு அப்பாதானே, இப்படியே ரெண்டு பேரும் சண்டை போடறாங்க, நான் இவங்களுக்கு நடுவில் மாட்டிக்கிட்டுத் தவிக்கிறேன்" என்றார் வருத்தத்துடன்.

டாக்டருக்குத் தூக்கி வாரிப்போட்டது. சாரா, அவங்க அப்பா ஜார்ஜ்கூடவும் பேசுவது இல்லையா? சரி, இனிமேல் சும்மா இருக்கக் கூடாது என நினைத்தபடியே கேட்டார், "நாளைக்கு நீங்க சாராவுடன் வந்து மருத்துவமனையில் பத்து நிமிஷம் என்னைப் பாக்கறீங்களா?"

"ஐயோ சார், இது மட்டும் அவளுக்குத் தெரிஞ்சா என்னைப் பைத்தியம்னு முடிவு பண்ணிட்டீங்களான்னு

துரை ஆனந்த் குமார்

சண்டைக்கு வருவா, நான் ஒரு பதினோரு மணிக்கு அவரோட வரேங்க சார்" என்று நன்றி சொல்லிவிட்டு ரேகா ஃபோனை வைத்துவிட்டார்.

மறுநாள், டாக்டர் ரவிக்கு வரிசையாகக் கேஸ்கள் இருந்தன. 11 மணிக்கு ரேகா வந்து அவர் எதிரே அமர்ந்தார்.

"வாங்க மேடம், ஜார்ஜ் வரலையா?"

"இல்லைங்க டாக்டர், அவருக்கு லீவு கிடைக்கல."

"சரி சொல்லுங்க, எப்படி அப்பாவுக்கும் பொண்ணுக்கும் நடுவில சண்டை வந்துச்சு?" என்று கேட்டார்.

"ஆரம்பத்துல அவங்களுக்குள்ள எந்தப் பிரச்னையும் இல்ல. எங்க பையன் அகஸ்டின் மேல்படிப்புக்காக UK போய்ட்டான். அதுக்கப்புறம்தான் சண்டை ஆரம்பிச்சது."

"......."

"வழக்கமாக எங்க கூட உக்காந்து ஜாலியா பேசறவ, தனியா ரூமில் போயி உக்காந்துக்கிட்டுப் எப்பப் பாரு மொபைல் போன்ல பேசிக்கிட்டு, வாட்சப் பாக்குறது, ஹேங்அவுட் இப்படின்னே இருக்க ஆரம்பிச்சா! ஏன் எப்பப் பாரு போன்லயே இருக்கன்னு கேட்டாரு. நீங்க மட்டும் உங்க நண்பர்கள் கிட்ட பேசலாம், அதே மாதிரி நான் பேசக் கூடாதான்னு எதிர் கேள்வி கேக்க ஆரம்பிச்சா."

"......."

"அது போல அடுத்தடுத்து பல விஷயங்களில் அப்பாவுக்கும் பொண்ணுக்கும் சண்டை வர ஆரம்பிச்சது. ஒழுங்கா டிரஸ் பண்ணு, ஸ்லீவ்லெஸ் போடாதேன்னு இவர் சொன்னதுக்கு ஒரு சண்டை. எப்பப் பார்த்தாலும் கண்ணாடி முன்னால் நிற்காதே என்று சொன்னதற்கு ஒரு சண்டை. அப்புறம் அவளுடைய கேரியர் எந்தத் துறைல இருக்கணும்னு ஒரு சண்டை. இவர் சொல்றதை அவ கேக்க மாட்டா. அவ என்ன செஞ்சாலும் இவருக்கு ஒத்து வரல. ரெண்டு பேருக்கும் நடுவில் நான் மாட்டிக்கிட்டேன். குழந்தைங்க வளரும்போது பிரச்னைகளும் சேர்ந்து வளருது. குழந்தைங்க, குழந்தைங்களாவே இருந்தா எவ்ளோ நல்லா இருக்கும்!" – ரேகாவின் குரல் தழுதழுத்தது.

"டொக் டொக்!"

❏ இதுவும் கடந்து போகும்

“கம் இன்!”

சூடாக வந்த டீயை ரேகாவிடம் கொடுக்கும்படி சைகை காட்டினார். தானும் ஒன்றை எடுத்துக்கொண்டார்.

“மேடம், இதைப் பதின்மவயதின் ஆரம்பநிலை என்று சொல்வோம். உடல் உறுப்புகளில் வளர்ச்சி தோன்ற ஆரம்பிப்பது, முகப்பரு வருவது, உடலின் முக்கியமான இடங்களில் முடி வளர ஆரம்பிப்பது இது போன்ற மாற்றங்களைப் பார்த்தவுடன் சில குழந்தைகளுக்கு உணர்வுகளிலும் மாற்றம் ஏற்படும். மீசை அரும்ப ஆரம்பித்த சிறுவர்கள் மீசையைக் கண்டு மிரள்வதும், மீசை வளர ஆரம்பிக்காத சிறுவர்கள் அதற்காக ஏங்குவதும் இயல்பு. மார்பகம் அரும்ப ஆரம்பித்த சிறுமிகள் அதைக்கண்டு வெட்கமோ பதற்றமோ அடைவதும், வேறு சிலர் ஏன் இன்னும் எனக்கு மார்பழகு என் தோழிபோல் அமையவில்லை, என் தோழி பெரிய பெண் ஆகிவிட்டாள் என்று சொன்னார்களே, என்னை ஏன் இன்னும் சொல்லவில்லை, எனக்கு மட்டும்தான் இப்படி ஏதோ ஒரு குறை இருக்கிறதோ என்றெல்லாம் கண்டதையும் எண்ணிக் கவலைப்படவும் வாய்ப்பு இருக்கிறது.”

“..........”

“இந்தப் பருவத்தில் அவர்களிடம் ஒரு சிறிய வாக்குவாதம் செய்தாலும் அது அவர்களை சண்டை போடத் தூண்டும். இதை ஏன் செய்ய வேண்டும், ஏன் செய்யக் கூடாது என எல்லாவற்றின் காரண காரியங்களையும் ஆராயும் மனநிலையில் இருப்பார்கள். விவாதம் செய்வது சண்டையாகவும் முடியக்கூடும்.”

“அப்படி என்றால் என்னதான் செய்வது டாக்டர்?”

“நீங்கள் ஒரு தோழியைப்போல், உடல் ரீதியான விஷயங்களை அவளுக்கு எடுத்துச் சொல்லுங்கள். நீங்களும் உங்களுடைய பதின்ம வயதில் இந்த மாற்றங்களைக் கடந்துதான் வந்திருக்கிறீர்கள். இது இயல்பான ஒரு மாற்றம்தான் என்பதை எடுத்துச் சொல்லுங்கள். உங்கள் மகளுக்கு ஏதேனும் சந்தேகமோ கவலையோ இருந்தால் அதற்கு அக்கறையுடன் பதில் சொல்லுங்கள். அப்படிச் செய்தீர்கள் என்றால், சண்டையும் வராது. உங்கள் மகளும் பதற்றமின்றி பருவவயதிற்குள் அடியெடுத்து வைப்பாள் என்றார்.

“அவங்க அப்பாவுக்கும் கோபம் வரும். அதனால அவரை மாதிரி இருக்கான்னு நெனச்சிட்டேன் டாக்டர்!!”

"அப்படியே ஜார்ஜிடமும் சொல்லி, சாராவிடம் சின்னச்சின்ன விஷயங்களுக்கு வாக்குவாதம் செய்ய வேணாம்; கொஞ்சம் விட்டுப் பிடிக்கச் சொல்லுங்க. அவளோட கேரியர் பத்தி முடிவெடுக்க இன்னும் காலம் இருக்கு. இப்படி செஞ்சா, விரைவில் நல்ல முன்னேற்றம் இருக்கும். ஜார்ஜ் கிட்ட சொல்லுங்க, அப்புறம் ரிசல்ட் என்னன்னு எனக்கு போன் பண்ணுங்க" என்றார்.

"ரொம்ப தேங்க்ஸ் டாக்டர், நான் எவ்ளோ குடுக்கணும்?"

"எதுவும் குடுக்க வேணாம். அப்பா பொண்ணு ரெண்டு பேரும் தன்னை மாத்திக்க உதவி பண்ணுங்க. ரெண்டு பேரும் சேர்ந்துதான் இதை சரி செய்யணும். நீங்க கிளம்புங்க மேடம்!" என்று சொல்லி அனுப்பி வைத்தார்.

மறுநாள் மாலையில் ஸ்கூலில் இருந்து திரும்பிய நிஷா, டாக்டர் ரவி வீட்டுக்கு வந்ததும் அவரிடம் சென்றாள்.

"அப்பா! நீ சொன்னதுபோல, நானே சாராகிட்டப் போயி அவளைக் கெஞ்சி, கொஞ்சி ஒரு வழியா திரும்ப நாங்க பேச ஆரம்பிச்சிட்டோம். அவளுக்கு என்னமோ ஒரு டிப்ரெஷன் மாதிரி இருந்துச்சு. எங்களுக்கு அவளைப் புடிக்கலியாம், நாங்க அவளை அவாய்ட் பண்ணுறோம்னு ஏதேதோ உளறினா. அப்புறம் கொஞ்சம் சமாதானம் ஆயிட்டா. இப்போ கொஞ்சம் சிரிக்க ஆரம்பிச்சிட்டாப்பா."

"வெல்டன் சின்னக் குட்டி!" என்று பாராட்டியவர், சுற்றிலும் கண்களால் தேடியபடியே கேட்டார், "எங்க நம்ம ஆதியைக் காணோம்?"

"அப்பா, ஆதி போன்ல பேசிக்கிட்டுத் தனியா ஒருமணி நேரமா உக்காந்திருக்கான். நீ போயி நல்லா திட்டுப்பா" எனத் தூண்டி விட்டாள்.

"போச்சுறா, நம்ம வீட்டுலயும் ஆரம்பிச்சிடுச்சா?" என சிரிக்க ஆரம்பித்துவிட்டார். அவர் எதுக்குச் சிரிக்கிறார் என்று நிஷாவுக்குப் புரியவில்லை; உங்களுக்குப் புரிகிறதா?

3

வயது 13
திரும்பக் கிடைத்த தோழி

"ஆதி, நிஷா! சீக்கிரம் ரெடி ஆயிட்டீங்களா? ரெண்டு பேரும் சுற்றுலாவின்போது சண்டை போடாமல், ஒருவரை ஒருவர் பொறுப்பாகப் பார்த்துக்கணும்" லாவண்யா குழந்தைகளிடம் பரபரப்பாகச் சொல்லிக்கொண்டிருந்தார். பிள்ளைகள் இருவரும் உற்சாகமாகக் கிளம்பினர்.

பள்ளியில் ஒரு சுற்றுலா என்று கேரளத்திற்கு ஐந்து நாள் கூட்டிச் சென்றதால் குழந்தைகள் இல்லாமல் வீடே வெறிச்சென்று இருந்தது. இதுதான் சமயம் என்று ஆட்களை வரவழைத்து வீடு முழுக்க பெயின்ட் அடிக்க ஏற்பாடு செய்திருந்தனர். ஐந்து நாட்கள் கழித்து, வீடு புதுப் பொலிவுடன் மின்னிக்கொண்டு இருந்தது. குழந்தைகளும் சுற்றுலாவை முடித்துவிட்டுத் திரும்ப வந்து சேர்ந்தார்கள்.

அங்கிருந்து வாங்கிவந்த சாக்லேட், கீ செயின் போன்றவற்றை வெளியே எடுத்துவிட்டு, சுற்றிப்பார்த்த அனுபவங்களை இருவரும் மாறி மாறிச் சொன்னதைக் கேட்டு ரவியும் லாவண்யாவும் மகிழ்ந்தார்கள். திடீரென ஆதிதான் ஆரம்பித்தான், "எல்லாரும் ஜாலியா இருந்தோம், இந்த நிலாதாம்ப்பா சொதப்பிட்டா! சுற்றுலாவிற்கு வரவே இல்ல, அவகிட்ட பேசவே மாட்டேன்" என்றான்.

அவளுக்கு என்ன சூழ்நிலையோ, அவளே போன் செய்வாள் என எல்லாரும் காத்துக்கொண்டு இருந்தனர்.

துரை ஆனந்த் குமார்

ஆனால், வழக்கமாக இரண்டு அல்லது மூன்று நாட்களுக்கு ஒரு முறை போன் செய்யும் நிலாவிடமிருந்து, எந்தத் தொடர்பும் இல்லாமல் போனது.

மூன்று நாட்களாகப் பள்ளிக்கும் வரவில்லை என்று பிள்ளைகள் சொல்லவும் என்ன ஆயிற்று என அனைவரும் யோசிக்க ஆரம்பித்தனர். சனி அன்று மாலை தொலைபேசி அழைத்தது. காலர் ஐடியில் பார்த்துவிட்டு நிலாதான் என்று துள்ளலாக எடுத்த ஆதி, "ஏ நிலா எங்க போயிட்ட இத்தனை நாளா?" எனப் பேசத் தொடங்கியவன், "சாரி ஆண்ட்டி, இதோ தரேன்" என்று தன் அம்மாவிடம் கார்ட்லெஸ் போனைக் கொண்டுபோய்க் கொடுத்தான்.

"ஹலோ, நல்லா இருக்கீங்களா? நிலா எப்படி இருக்கா?"

நிலா அம்மா ஏதோ சொன்னார்கள்.

"அப்படியா, ரொம்ப சந்தோஷம், வாழ்த்துகள்."

மறுபடியும் நிலா அம்மா ஏதோ சொன்னார்கள்.

"சரி, நிச்சயம் வர்றோம், இவங்களை விட்டுவிட்டு ரொம்ப நேரம் இருக்க முடியாது. நாளைக்கு லீவுதான், வீட்டுக்கு ட்ரைவர் வந்தவுடனே கிளம்பி, ஒரு பத்து மணிக்கெல்லாம் அங்கே இருப்போம்" என்றார்.

இதைக் கேட்டு, பிள்ளைகள் இருவருக்கும் ஒரே குஷி. "நேர்ல இருக்கு அவளுக்கு!" என்றான் ஆதி.

ரவி சற்றே யோசனையுடன் லாவண்யாவைப் பார்த்து, அப்படியா என்பதுபோல் சைகையால் கேட்டதற்கு ஆமாம் என்பதுபோல லாவண்யா தலையை ஆட்டினார். பேச்சு மும்முரத்தில் இருந்த பிள்ளைகள் இந்தச் சைகைகளைக் கவனிக்கவில்லை.

"எதுக்கும்மா அவங்களுக்கு வாழ்த்து சொன்ன?" ஆர்வமாகக் கேட்ட ஆதியைப் பார்க்க ஒரு கணம் தயங்கிய லாவண்யா, "இல்லே ஆதி, இது.. நிலா.. அது வந்து... அவங்க வீட்டுல நாளைக்கு ஒரு பார்ட்டி ஏற்பாடு செஞ்சிருக்காங்களாம், ஆனா அது லேடீஸ் ஒன்லி பார்ட்டி, அதனால அப்பாவும் நீயும் வீட்டுலயே இருங்க. நானும் நிஷாவும் போயிட்டு சீக்கிரம் வந்திடுவோம்" என்று சொன்னார்.

ஆதியின் ஏமாற்றம் அவன் முகத்தில் வெளிப்படையாகத் தெரிந்தது. "சரி நிஷா, நீயாவது அவளைப் பாத்துட்டு வா, இனிமே தனியா லேடீஸ் பார்ட்டி எல்லாம் வேணாம்னு சொல்லிடு" என்றான்.

மறுநாள் காலையில் கிளம்பிப்போன இரு பெண்களும் மதியம் மூன்று மணி அளவில் திரும்பி வந்தனர்.

அவர்கள் மொபைலில் எடுத்திருந்த ஒரு புகைப்படத்தைப் பார்த்த ஆதிக்கு ஆச்சரியம் தாங்க முடியவில்லை. பாவாடை தாவணியில் சிரித்துக்கொண்டு இருந்தாள் நிலா. "ஏ நிஷா, இது என்ன நம்ம நிலா இப்படி இருக்கா?, நீ அவகிட்ட கேட்டியா? ஏன் ஸ்கூல் வரலையாம்?" மூச்சு விடாமல் பேசினான்.

நிஷா விழிக்கவும் லாவண்யா இடை மறித்தார், "நிலாவுக்குக் கொஞ்சம் உடம்பு சரி இல்லையாம். இன்னும் ரெண்டு முணு நாளில் ஸ்கூலுக்கு வந்திடுவா."

சற்றே சமாதானம் அடைந்தான் ஆதி. ஆனால் அடுத்த இரண்டு நாளுக்குப் பிறகு ஸ்கூலுக்கு வந்த நிலா, தன்னுடைய அம்மாவுடன் நேரடியாக ஸ்கூல் மேற்பார்வையாளர் அறைக்குச் சென்று பேசிவிட்டு, அதன் பிறகுதான் வகுப்புக்கு வந்தாள். ஹாய் சொன்ன ஆதியை அவள் கவனிக்கவில்லை.

வழக்கமாக ஸ்கூல் பஸ் பயணத்தில் ஆதி, நிஷா, நிலா மற்றும் சில நண்பர்கள் ஒன்றாக அமர்ந்து பேசி சிரித்துக்கொண்டு வருவது வழக்கம். இன்றோ அவள் பெரிய வகுப்பு அக்காக்களுக்கு நடுவில் போய் அமர்ந்துகொண்டாள். ஏதோ ஒரு புத்தகத்தை எடுத்துக் கையில் வைத்துக்கொண்டாள். நிஷாவிற்கே வித்யாசமாக இருந்தது; ஆதியைப் பற்றிக் கேட்கவே வேண்டியதில்லை.

தன்னுடைய தோழி தன்னைவிட்டுத் தொலை தூரம் விலகிப் போனது போல் இருந்தது. ஒரு வேளை உடல்நிலை சரியில்லாமல் இருப்பதால்தான் இப்படி இருக்கிறாள்; நாளை முதல் வழக்கம் போல ஆகிவிடுவாள் என்று ஆதி தன்னைத்தானே சமாதானம் செய்துகொண்டான். ஆனால் அடுத்த இரு நாட்களிலும் நிலாவின் பாராமுகம் தொடரவே ஆதிக்கு ஆத்திரமும் அவமானமும் தாங்க முடியவில்லை. வீட்டுக்குத் திரும்ப வந்தவன், மிகவும் வருத்தமாக இருந்தான். அப்பாவும் அம்மாவும் மருத்துவமனையில் இருந்து திரும்பி

வந்தபோதுகூட அவன் தன் அறையை விட்டு வெளியே வரவும் இல்லை, அவர்களைப் பார்க்கவுமில்லை!

டாக்டர் ரவி, குளித்து உடை மாற்றி வந்தவுடன் வழக்கம்போல் அரட்டை அடிக்கக் குழந்தைகளைத் தேடினார். நிஷா மட்டுமே அங்கிருந்தாள். அவள் சொன்ன தலைப்புச் செய்தியே நிலாவைப் பற்றிதான். அங்கே வந்த லாவண்யா, "ஆதி எங்கே?" எனக் கேட்டார்.

நிஷா, "அம்மா! அந்த நிலா முந்தாநாளே ஸ்கூலுக்கு வந்திட்டா; இது வரைக்கும், என்னிடமே ரெண்டு வார்த்தைதான் பேசினா. ஆதியை அவ திரும்பிக் கூடப் பாக்கல. அவன் ரொம்ப அப்செட் ஆயிட்டான். உடைகூட மாத்தாம ரூமில் உக்காந்திருக்கான்!" என்று பதில் சொன்னாள்.

"இதெல்லாம் ஒரு பிரச்னையா?" என்று கோபமாகத் துவங்கிய லாவண்யா, ரவியின் பார்வையைப் புரிந்துகொண்டு சற்றே சுதாரித்தார்; "ரவி, நான்கூட அவங்க வீட்டுக்குப் போனபோது, கொஞ்சம் அதிகமாவே செஞ்சி காட்டறாங்களோ என்று தோன்றியது. இந்தக் காலத்தில் யாராவது சின்னப் பொண்ணுக்கு இப்படி எல்லாம் ஊரைக் கூட்டி, சடங்கு செஞ்சி, விருந்து வைப்பாங்களா?"

"......."

"ஏன் இப்படிச் செய்யறாங்க ரவி? பசங்க கிட்ட எடுத்து சொன்னாப் புரிஞ்சிக்கப் போறாங்க. சொல்லாம விட்டதாலதான் அந்தப் பொண்ணு என்னமோ ஏதோன்னு மிரண்டு ஓடுது. ஆதியும் புரியாம அப்செட் ஆகுறான்."

"டாக்டர் லாவண்யா நல்லாதான் பேசறீங்க, ஆனா ஊருக்குதான் உபதேசமா?" என்று ரவி கிண்டலாகப் புன்னகைத்தார்.

"ஏன் அப்படிச் சொல்றீங்க? நான் என்ன செஞ்சேன்?"

"என்ன செஞ்சியா? யோசிச்சிப் பாரு! அவங்க வீட்லேர்ந்து போன் வந்ததுல இருந்து, இப்ப வரைக்கும், நீ பசங்களுக்குப் புரியற மாதிரி எதையும் சொல்லல. ஒரு கைனகாலஜிஸ்ட், உன்னாலேயே விஷயத்தைக் குழந்தைகள் கிட்ட எடுத்துச் சொல்ல முடியலைன்னா, மத்த பெற்றோர்கள் எப்படிச் சொல்வாங்க?"

"……"

"நீ அவங்களுக்குப் புரியும்படி எளிமையாக எடுத்துச் சொல்லு. நான் கொஞ்சம் நடைப்பயிற்சி முடித்து வருகிறேன்" என்று கிளம்பினார். சமையல் உதவி செய்யும் அக்காவிடம், இரவு உணவு என்ன செய்யவேண்டும் என்று சொல்லிவிட்டு லாவண்யா, ஆதியின் ரூம் வாசலுக்குச் சென்றார்.

"ஆதி, அம்மா வந்துருக்கேன், வெளில வா கண்ணா!"

"……"

"உனக்கும் நிஷாவுக்கும் ஒரு விஷயம் சொல்லணும்"

"……"

"நம்ம நிலா வீட்டுக்குப் போனேன் இல்ல, அதைப் பத்தி"

கதவு திறந்தது. கொஞ்சம் அப்செட்டாகவும், கொஞ்சம் அசடு வழிந்தபடியும் ஆதி வெளியே வந்தான்.

அடுத்த சில நிமிடங்களில், வீட்டுத் தோட்டத்தில், ஹார்லிக்ஸ் குடித்துக்கொண்டு இரண்டு பிள்ளைகளும் அமர்ந்திருந்தனர். லாவண்யா பேச ஆரம்பித்தார்.

"ஆதி, நீ ஏன் வருத்தமா இருக்கேன்னு எனக்குத் தெரியும். உன்னை நிலா அவமானப்படுத்திட்டான்னு நீ நினைக்கற. ஆனா, அவதான் பாவம் பயந்து போய் இருக்கா!"

"நிலாஏம்மா பயப்படணும்? அவ ஏதாவது தப்பு செஞ்சாளா?"

அம்மா, "நிலா எந்தத் தப்பையும் செய்யல; அவளுக்கு முதல் முறையாகப் பீரியட்ஸ் என்னும் மாதவிடாய் வந்திருக்கிறது. அப்படி என்றால் என்ன தெரியுமா?" என்று கேட்டார்.

பிள்ளைகள் ஒருவரை ஒருவர் பார்த்துத் தெரியவில்லை என்பதுபோலத் தோளைக் குலுக்கினர்.

"அதைப் பற்றி அப்புறம் சொல்கிறேன், முதலில் மாம்பழம் எங்கிருந்து வருது தெரியுமா?" என்று ஆரம்பித்தார்.

"மாங்காயிலிருந்து..." என்றான் ஆதி.

"சரிதான் கண்ணா! மாமரத்தில் கொஞ்சம் கொஞ்சமாக பூ வைத்து, அதில் மாம்பிஞ்சு தோன்றி, அது காயாகி, அப்புறம் பழுத்து, அந்தப் பழம்தான் நமக்கு உணவாகுது இல்லையா? அது போலத்தான், பெண் குழந்தைகளின் உடம்பும்

❑ இதுவும் கடந்து போகும்

கொஞ்சம் கொஞ்சமாக வளர்ந்து குழந்தை பெறுவதற்காகத் தயாராகிக்கொண்டு வரும்" என்று லாவண்யா மென்மையாக எடுத்து சொன்னார்.

பிள்ளைகளின் வியப்பு அவர்களின் முகத்தில் தெரிந்தது.

லாவண்யா தொடர்ந்தார், "நிஷா குட்டி, இப்போது நீ சொல், நம் வீட்டுத் தண்ணீர் தொட்டியில் நீர் நிரம்பி இருந்தால் எப்படி இருக்கும்?" என்று கேட்டார்.

நிஷா, "தண்ணீர் நிரம்பி இருந்தால் பளிங்கு போல சூப்பரா இருக்கும்மா" என்றாள்.

"தண்ணீரே இல்லை என்றால்?"

"ம்ம்ம், அப்போது அடியில் கொஞ்சம் குப்பை சேர்ந்திருக்கும், அதை சுத்தம் செய்துவிட்டு நீர் நிரப்பவேண்டும்" என்றாள்.

லாவண்யா புன்னகைத்தார், "அருமையான பதில் நிஷா, நீர்த்தொட்டியைப் போல, பெண்களின் வயிற்றிலும் குழந்தை இல்லை என்றால், கருமுட்டை போன்ற, உபயோகப்படாத பொருள்கள் இரத்தத்துடன் சேர்ந்து அவர்களின் அந்தரங்க உறுப்பின் வழியே துளித்துளியாக வெளியேறிவிடும். இதைத்தான் பீரியட்ஸ், மாதவிடாய், வீட்டுக்கு விலக்கு அல்லது தூரம் என்று பல பெயர்களால் குறிப்பிடுகிறோம். பதிமூன்று வயதுக்குமேல், பெண் குழந்தைகளுக்கு எப்போது வேண்டுமானாலும் இது நிகழலாம். முதல் முறை இப்படி நிகழ்வதைத்தான் பருவத்துக்கு வருவது என்று சொல்கிறோம். பிறகு ஒவ்வொரு மாதமும், மூன்று முதல் ஐந்து நாட்கள் வரை இதே போல நடக்கும்" என்று பொறுமையாக விளக்கினார்.

நிஷாவுக்கே இதுவரைக்கும் இந்த விவரம் எதுவும் தெரியாது. வகுப்பின் ஓய்வு நேரத்தில் சில சமயங்களில் சில தோழிகள் கிசுகிசுப்பாகப் பேசிக் கேட்டிருக்கிறாள்; ஆனால், இதுபோல விளக்கமாகக் கேட்டதில்லை. ஆதிக்கு இந்த விஷயம் எல்லாம் மிகவும் வித்தியாசமாக இருந்தது.

"வலிக்குமாம்மா?"

"எல்லாருக்குமே, எல்லா நேரமும் வலிக்கும்னு சொல்ல முடியாது. ஒரு சிலருக்குத் தலை வலிக்கும், கால் வலிக்கும், வயிறு வலிக்கும். அந்த மாதிரி நேரத்தில கோபம், எரிச்சல், அழுகை கூட வரலாம்."

துரை ஆனந்த் குமார் ❑

"......"

"நிஷா, உனக்கும் இந்தப் பருவம் எப்போ வேணா வரலாம். வந்தபிறகு சொல்லிக்கொள்ளலாம் என்று நினைத்தேன், ஆனால் உங்க ரெண்டு பேருக்குமே இது பற்றித் தெரியணும், அதான் இப்பவே சொல்கிறேன்!" என்றார்.

நிஷாவின் முகம் போன போக்கைப் பார்த்ததும் லாவண்யா தொடர்ந்தார், "இது ஒரு இயற்கையான விஷயம், எல்லாப் பெண்களுக்கும் நிகழ்வதுதான். குப்பைத்தொட்டி நிரம்பினால் சுத்தப்படுத்துவோம் இல்லையா, அதே போல்தான் இதுவும், அதனால், வெக்கப்படவோ, அவமானமாக நினைக்கவோ இதில் ஒண்ணும் இல்லடா."

"அதை எனக்குச் சொன்னது சரிம்மா, இவன்கிட்ட ஏன் சொல்லணும்?" நிஷா சற்றே சிணுங்கினாள்.

"சிறுமிகள் இதைப் பற்றித் தெரிந்துகொள்வது எவ்வளவு முக்கியமோ, அதே அளவு சிறுவர்களும் இதைப் பற்றித் தெரிந்துகொள்ள வேண்டும். பொண்ணுங்க எவ்வளவு மேக்கப் போட்டுருக்காங்க, எப்படி உடை போட்டுருக்காங்க அப்படின்னு மட்டும் பார்க்காமல், அவங்களுக்கு எந்த அளவுக்கு உடல் ரீதியான, மன ரீதியான சவால்கள் இருக்குதுன்னு பசங்க புரிஞ்சிக்கிட்டாதான், தன்னுடைய அம்மாவுக்கு, சகோதரிக்கு, தோழிக்கு, வருங்காலத்தில் மனைவிக்கும் மகளுக்கும் பீரியட்ஸ் நேரத்தில் ஆதரவாக இருக்க முடியும்" என லாவண்யா பேசி முடித்த சிறிது நேரத்திற்கெல்லாம் ரவிசங்கரும் நடைப்பயிற்சி முடித்து வீட்டுக்குத் திரும்பினார்.

"நிலாவுக்கும் இந்த திடீர் மாற்றம் பற்றி எவ்வளவு தெளிவு இருக்கும் என்று தெரியாது. அதனால், அவளைத் தப்பாக நினைக்காதீங்க! அவளே சில நாட்களில் சரி ஆயிடுவா, நீங்களும் இயல்பாக இருங்க, இன்னும் கொஞ்சம் நீங்க வளர்ந்த பிறகு இதற்கான அறிவியல் விளக்கத்தைச் சொல்கிறோம்" என்று தந்தை சொன்னதைக் கேட்ட பிறகு, இரண்டு பிள்ளைகளுக்கும் நிலாவை நினைத்தால் கோபம் வரவில்லை; பாவமாகத்தான் இருந்தது.

மறுநாள் பள்ளிக்கூடம் சென்றபோது, வகுப்பு துவங்கும் முன்னர், நிஷா பாத்ரூம் சென்றிருந்தாள். ஆதி மட்டும் தனியாக அமர்ந்திருந்தான். நிலா வகுப்புக்கு உள்ளே வருவதைப் பார்த்த

ஆதி, "பாவம் அவளே என்ன நிலமையில் இருக்கான்னு தெரியல. நாம வேற பேசித் தொல்லை செய்ய வேணாம்" என்று, ஒரு புத்தகத்தைப் படிப்பதுபோல் பிரித்து வைத்துக்கொண்டான்.

தோளில் செல்லமாக ஒரு அடி விழுந்தது. "என்ன ஆதி, பேச மாட்டியா?" என்று கேட்டவளைத் திடுக்கிட்டுப் பார்த்தான்.

"நீதான் பேசவே மாட்டேங்கறன்னு நேத்து வரைக்கும் உன் மேல கோவமா இருந்தேன் நிலா. எங்க அம்மாதான் உனக்கு என்ன ஆச்சுன்னு எங்களுக்கு விளக்கமாப் புரிய வெச்சாங்க."

"ஆண்ட்டி விளக்கமாவே சொல்லிட்டாங்களா? வேற லெவல் அவங்க; உனக்கு என்னன்னு சொல்றதுன்னு தெரியாம யோசிச்சிக்கிட்டு இருந்தேன். அப்பாடி!"

"என்னைப் பாத்தாலே ஓடிப்போற, அவ்ளோ பயமா நிலா?"

"ஏ லூசு, உனக்கு பயந்து யார் ஓடிப் போனாங்க? ஓ! நீ அப்படி நெனச்சியா? அது, என்னோட ஃபங்க்ஷன் முடிஞ்சி நான் ஸ்கூல் கிளம்பும்போது எங்க அம்மாவின் பாட்டி சொல்லுச்சு, இன்னும் மூணு நாளைக்குப் பசங்களைப் பார்க்கக்கூடாது, பசங்ககிட்டப் பேசக்கூடாது, மீறினா முகத்துல பரு வந்திரும்னு. அது உண்மை இல்லேன்னு எனக்கும் தெரியும், இருந்தாலும் மூணே மூணுநாள் தானேன்னு நம்ம பாய்ஸ் யார் கிட்டயும் பேசவே இல்ல. நிஷா கிட்ட பேசி, இது தெரிஞ்சா நீங்க நிச்சயம் வந்து பேசி, சொதப்பிடுவீங்க! அதான் ஒரு பெரிய பொண்ணு மாதிரி, அப்படியே சீரியஸா ஆக்ட் குடுத்தேன். எப்படி நம்ம நடிப்பு?" என இல்லாத காலரைத் தூக்கிவிட்டுக்கொண்டாள்.

நிஷா திரும்பி வந்தவுடன் அவளிடம் ஆதி, நடந்ததை எல்லாம் சுருக்கமாகச் சொல்லவும் நிஷா, நிலாவைக் கட்டிக்கொண்டாள். "ஆதி என்னைப் பாத்தவுடன் திருதிருன்னு முழிச்சிகிட்டுப் புத்தகத்தைத் தலைகீழே வெச்சிக்கிட்டு உக்காந்திருந்தான்" என்று நடித்துக்காட்டி சிரித்தாள் நிலா.

பருவம் என்னும் ஒரு கற்பனைத் தடையைத் தாண்டி, நிஷாவுக்கும் ஆதிக்கும் அவர்களின் அன்பான தோழி திரும்பவும் கிடைத்துவிட்டாள். இனி, இந்த நிலாவுக்குத் தேய்பிறையே இல்லை!

துரை ஆனந்த் குமார்

4

 வயது 14
மனம் என்னும்
மாயவலை!

வயது 13:

செயின்ட் ஜோசப் இன்டர்நேஷனல் ஸ்கூலின் ஆடிட்டோரியம் பளபளவென்று ஜொலித்தது. மேடை முழுதும் அலங்கரிக்கப்பட்டு இருந்தது. வரிசையாக அடுக்கப்பட்டு இருந்த நாற்காலிகள் குழந்தைகளுக்காகக் காத்திருந்தன. சவுண்ட் சிஸ்டம் கீ...ங்ங் என்று கடுமையாகக் கிறீச்சிட்டது.

மாணவ மாணவிகள் வந்து அமர்ந்தவுடன் அந்த இடமே சுவிட்ச் போட்டதுபோல் உயிர்பெற்றது. கலகலவென்ற பேச்சு சத்தம் மொத்தமாக எதிரொலித்தது. எதற்கென்றே தெரியாமல் அவ்வப்போது கலீரென்று சிரிக்கும் சத்தம் ஒவ்வொரு வரிசையிலும் கேட்டுக்கொண்டே இருந்தது.

மேடைக்குக் கீழே முதல் வரிசையில் பிரின்சிபல் உள்பட எல்லா விருந்தினர்களும் வந்து அமர்ந்த பிறகு, விழா ஆரம்பித்தது. சம்பிரதாய பேச்சுகள் முடிந்த பின்னர், போன வருடத்தின் போட்டிகளில் வெற்றி பெற்ற மாணவ மாணவிகளுக்குப் பரிசுகள் வழங்க ஆரம்பித்தார்கள்.

அடிக்கடி முதல் பரிசு என்று உச்சரிக்கப்பட்ட பெயர் மானவ் என்பதாக இருந்தது. சிரித்த முகமாக, மானவ் மேடைக்கு வரும்போதெல்லாம் கைதட்டல்கள் அதிகமாகக் கேட்டன. பரிசு வாங்கியபோது ஃபோட்டோக்கள் மின்னின. மொத்தத்தில் அன்றைய நிகழ்வின் நட்சத்திரம் அவனாகத்தான் இருந்தான்.

❏ இதுவும் கடந்து போகும்

14 வயதில்:

ஸ்கூல் இடைவேளை நேரத்தில் வகுப்பின் கதவைத் திறந்துகொண்டு ஆதி நுழைந்தான். ராபர்ட்டைப் பார்த்ததும் அவன் முகம் மலர்ந்தது.

“ஹாய் ராபி!”

“ஹாய் ஆதி! என்ன விஷயம்?”

“சாராவின் பிறந்தநாளுக்கு நம் நண்பர்கள் மற்றும் பெற்றோர்களுடன் சேர்ந்து சின்னதா பாட்டு, டான்ஸ் எல்லாம் வெச்சி ஒரு நிகழ்ச்சி செய்யப்போறோம். அதுக்கு ஒத்திகை பாக்கணும். இன்னும் பத்து நாள்தான் இருக்கு. இன்று முதல் ஒரு வாரம் ஒத்திகைக்கு நீ நம்ம வீட்டுக்கு வா. இந்த நேரத்தில ஸ்ருதி போயி திருநெல்வேலியில உக்காந்துகிட்டு இருக்கா.”

“அதனால் என்ன? ஜூம்ல ஒத்திகை செய்யலாம்.”

“உனக்கு பிரேக் அவுட் ரூம்ல எப்படி செய்யணும்னு தெரியுமா? நான் ரூமுக்கு உள்ள இருந்துருக்கேன், ஆனா ஹோஸ்ட் செஞ்சதில்ல!”

‘அப்படியா’ என யோசித்த ராபர்ட் கண்ணில் மானவ் தென்பட்டான்.

“ஆதி, இவன் மனு! இவனை இன்வைட் பண்ணு, ஜூம் மாதிரி வேலையெல்லாம் சூப்பரா செய்வான். முன்னெல்லாம் நல்லா பாடிகிட்டும் இருந்தான்.”

மானவ் திடுக்கிட்டான், “இல்ல, நான் வரல” என மறுத்தான்.

ஆதி மானவ் அருகில் வந்தான்., “ஹாய், நான் ஆதி. நானும் ராபர்ட்டும் ரொம்ப வருஷமா நண்பர்கள். நாங்க ரொம்ப நேரம் எடுத்துக்க மாட்டோம், உங்க வீடு எங்க இருக்கு? என்று கேட்டான்.

“செயின்ட் தாமஸ் மவுண்ட், பட் ரோடு.”

“அட, நான் டிஃபென்ஸ் காலனி, ஒரே ஒரு கிலோமீட்டர் தூரம்தான். ப்ளீஸ் கொஞ்சம் வரியா?”

ஆதி கேட்ட விதத்தில் மானவ் தன்னையும் அறியாமல் சரி என்று சொல்லிவிட்டான். அன்று மாலை, ஸ்கூல் விட்டதும்

ராபர்ட்டுடன் சேர்ந்து ஆதியின் வீட்டுக்குச் சென்றான். ஆதிக்கு ஒரு சகோதரி இருப்பது தெரிந்தவுடனே மானவ் எப்படியாவது சீக்கிரம் அங்கிருந்து ஓடிப் போய்விடவே பார்த்தான். நான்கு பேர் ஆதியின் வீட்டிலும் இன்னும் ஐந்து பேர் ஜூம் மூலமும் இணைந்து நடந்த ஒத்திகை முடிய இரவு 7 மணி ஆகிவிட்டது. அடுத்து வந்த சில நாட்களும் ஒத்திகைக்கு அவன் போக வேண்டியிருந்தது.

நிஷா அருகில் இருந்தபோதும், ஒன்றிரண்டு வார்த்தைகள் பேசியபோதும், மானவ் பதற்றமாகவே இருந்தான். குனிந்த தலை நிமிரவும் இல்லை; நிஷாவின் கண்களைப் பார்த்து அவன் பேசவும் இல்லை. ஆதி, நிஷா, தன்ஷிகா, ராபர்ட், சாரா, நிலா இப்படி இருபாலாரும் ஒன்றாக இருந்ததையும் அவர்கள் இயல்பாகவும் சம்பிரதாயங்கள் எதுவுமின்றிப் பேசிப் பழகியதையும் மானவ் பார்த்துக்கொண்டே இருந்தான். அவர்களுடன் கலந்து பழக விரும்பிய அதே நேரத்தில், இனம்புரியாத தயக்கத்தையும் உணர்ந்தான்.

ஏன் என்று கண்களால் கேட்ட நிஷாவை, சும்மா இரு என்று சைகையால் அடக்கினான் ஆதி. எல்லாரும் நண்பர்கள்தானே, இதில் எதற்கு இவனுக்கு இப்படி ஒரு தாழ்வுணர்ச்சி என்று அவர்கள் யாருக்கும் புரியவில்லை. அவன் ஒரு தொட்டாச் சுருங்கியாக இருந்ததை அவர்களும் புரிந்துகொண்டனர். ஆதி ஏற்கெனவே எச்சரிக்கை செய்துவிட்டிருந்ததால் யாரும் மானவை எதுவும் கேட்கவில்லை.

அனைவரும் எதிர்பார்த்த சாராவின் பிறந்தநாள் விழாவும் வந்தது. விழாநாள் அன்று எல்லோரும் சாராவின் வீட்டில் குழுமி இருந்தனர். நண்பர்கள் வற்புறுத்தியதால் மானவும் வந்திருந்தான். சாரா சிறப்பான ஆடை அலங்காரத்துடன் மின்னிக்கொண்டிருந்தாள். நிலாவின் அப்பா ஒரு ஆசிரியர். ராபர்ட்டின் அப்பா விக்டர் ஒரு தொழிலதிபர். சாராவின் பெற்றோர் இருவருமே வங்கி அதிகாரிகள். ஸ்ருதியின் அம்மா ஒரு தணிக்கையாளர். அப்பாவோ விற்பனைப் பிரதிநிதி; இப்படி வெவ்வேறு பணிமுறைகளில் இருந்தாலும் தங்களின் குழந்தைகள் மூலம் அவர்கள் ஏற்கெனவே ஒருவருக்கு ஒருவர் அறிமுகமானவர்கள் என்பதால் நன்கு பேசிக்கொண்டிருந்தனர்.

குழந்தைகளே தயாரித்து வழங்கிய நிகழ்ச்சியில், எல்லோரும் பாடும்போது மற்றவர்கள் கைதட்டிப் பாராட்டினர். அதே

துரை ஆனந்த் குமார்

நேரம் ஜாலியாகக் கிண்டல் செய்யவும் தவறவில்லை. சாராவின் அப்பா பாடியபோது சிரித்து சிரித்து எல்லாருக்கும் கண்களில் கண்ணீரே வந்துவிட்டது. நிஷாதான் வற்புறுத்தி மானவையும் பாடவைத்தாள். மானவ் பாட ஆரம்பித்தபோது சாதாரணமாகத்தான் இருந்தது. ஆனால், மேற்கொண்டு பாடப்பாட, அவனுடைய குரல் எவ்வளவு அருமையாக இருந்தது என எல்லாரும் உணர்ந்துகொண்டனர். இன்னும் ஒரு முறை பாடச் சொல்லி எல்லாரும் கேட்டபோது, அவனும் எந்தத் தயக்கமும் இல்லாமல் மிகவும் நேர்த்தியாகப் பாடினான்.

பாட்டு முடிந்தவுடனே, மற்றவர்களுக்குக் கிடைத்ததைவிட, அதிகமான கை தட்டல்கள் அவனுக்குத்தான் கிடைத்தன. எல்லாரும் கை குலுக்கி வாழ்த்தினர். அப்படி வாழ்த்தியவர்களில் டாக்டர் ரவிசங்கரும் ஒருவர். அவரைப் பார்த்தவுடன் மானவ் முகத்தில் ஒரு வினாடி மிரட்சி தெரிந்தது. ஆனால் அவர் அவனிடம் பேசிவிட்டுப் போனவுடன் அவன் முகத்தில் ஒரு மகிழ்ச்சி, கண்களில் ஆனந்தக் கண்ணீர்;

எல்லாரும் என்ன, என்ன என்று கேட்க ஆரம்பித்தனர். நிலா கொண்டுவந்து கொடுத்த தண்ணீரைக் கொஞ்சம் குடித்துவிட்டு, மானவ் மெதுவாகப் பேசினான். "ஒரு வருடம் முன்பு வரைக்கும் படிப்பு, பாட்டு என என் வாழ்க்கை ஆனந்தமாகப் போய்க்கொண்டு இருந்தது. பல்வேறு போட்டிகளில் கலந்துகொண்டு முதல் பரிசு வாங்குவதையே ஒரு நோக்கமாகக் கொண்டிருந்தேன். நண்பர்களைப் போட்டியாளர்களாகவே பார்த்ததால் எனக்கு நண்பர்கள் மிகக் குறைவுதான். அப்போதுதான் எனது குரலில் கண்டம் உடைந்து, குரல் மாற ஆரம்பித்தது. அதனால் பாட்டுப் பாடுவதை நிறுத்திவிட்டேன். எனக்கு இருந்த முதன்மையான பொழுதுபோக்கு இல்லாமல் போனது. மென்பொருள் நிறுவனத்தில் வேலை செய்யும் என் அம்மாவும் வேலை தொடர்பாக இரண்டு வருட ஒப்பந்தத்தில் ஆன்சைட் என்று அமெரிக்கா சென்றுவிட்டார்."

எல்லாருக்கும் அவனை நினைத்தால் பரிதாபமாக இருந்தது. மௌனமாக அவனையே பார்த்துக்கொண்டு இருந்தனர்.

"அப்பா என்னுடன் அமர்ந்து பேசவோ விளையாடவோ மாட்டார். அவருக்கு நேரமும் இல்லை. அம்மாவும் அருகில் இல்லை, நண்பர்களும் இல்லை; வெற்றி பெற்று யாரிடம் காட்டப்

❏ இதுவும் கடந்து போகும்

போகிறோம் என்று போட்டிகளில் கலந்துகொள்வதையும் நிறுத்திவிட்டேன். என்னுடன் இருந்தது எல்லாம் ஒரு மொபைல், ஐ பேட் இதெல்லாம்தான். ஆரம்பத்தில் பொழுது போகாமல்தான் வீடியோ கேம் விளையாடத் துவங்கினேன். அப்புறம் பொழுது போதவில்லை என்னும் அளவுக்கு அதற்கு அடிமை ஆகிவிட்டேன். தப்பு என்று புரிந்தது. ஆனாலும் வேறு என்ன செய்வதென்று தெரியவில்லை. போட்டிகளில் வென்ற நான் வாழ்க்கையில் தோற்றுவிட்டேன் என்று உணர்ந்தேன்."

"ஒரு நாள் எங்கப்பா என் நிலமையப் பார்த்துவிட்டு என்னை ஒரு மனநல ஆலோசனைக்குக் கூட்டிட்டுப் போனாரு. அந்த டாக்டர் வேற யாருமில்லை. ஆதியோட அப்பாதான். அப்போது அவரை எனக்கு டாக்டர் என்ற அளவில்தான் தெரியும். ஒத்திகை பார்க்க உங்கள் வீட்டிற்கு வந்தபோது கூட ஒருநாளும் நான் அவரைப் பார்க்கவில்லை. இப்போதுதான் ஆதியின் அப்பா என்று தெரிந்துகொண்டேன்".

அவனுடைய மனதில் இருப்பதெல்லாம் வெளியே வரட்டும் என்ற எண்ணத்தில் டாக்டர் ரவி எதுவும் பேசாமல் அமைதியாக இருந்தார்.

மானவ் தொடர்ந்தான், "ஆலோசனையின்போது, என் பிரச்னைகளை அறிந்தபின் டாக்டர் சொன்னார், மானவ்! குரல் உடைந்தால் சரியாகிவிடும். மனசு உடைந்தால் சிக்கல்தான். வீடியோ கேம் ஆடுவதற்குப் பதிலாக, நல்ல நண்பர்களுடன் சேர்ந்து நல்லா படி, விளையாடு, நிறைய தோழர்கள், தோழிகள் எல்லோருடனும் பழகு. உன்னைச் சுற்றி நீ கட்டி வைத்திருக்கும் கூட்டை விட்டு வெளியே வா! அப்பொழுதுதான் உன் பிரச்சினை சரியாகும் என்று சொன்னார்."

"............"

மீண்டும் சிறிது தண்ணீர் குடித்துவிட்டுத் தொடர்ந்தான், "எனக்கு யாரிடமும் சென்று பேசி நட்பாகப் பழகத் தயக்கமாக இருந்தது. குறிப்பாகக் கேர்ள்ஸிடம் பேசத் தயக்கமாக, வெறுப்பாக, கொஞ்சம் பயமாகக்கூட இருந்தது. அதனால், உங்கப்பா சொன்னதை நான் செய்யவே இல்லை."

நிஷா ஆச்சரியமாகப் பார்த்தாள். அவளது பார்வையைப் புரிந்துகொண்டவன், "இல்லை நிஷா, இப்போது அப்படி இல்லை! உங்களிடம் எல்லாம் பழக ஆரம்பித்த பிறகு, எனக்குள்

துரை ஆனந்த் குமார்

இருந்த எண்ணங்கள் கொஞ்சம் கொஞ்சமாக மாற ஆரம்பித்தன. பசங்களோ, பொண்ணுங்களோ, நல்ல நண்பர்களாக இருந்தால் மிகவும் இதமாக இருக்கும் எனப் புரிந்துகொண்டேன். முதல் முறையாக, போட்டியில் வெல்வதற்காக இல்லாமல் நட்புக்காக இன்று பாட்டுப் பாடி, நீங்கள் எல்லாரும் கை தட்டியவுடனே எனக்கு டைம் மெஷினில் ஏறி, ஒரு வருடம் பின்னால் சென்று போன வருட ஆண்டுவிழாவில் நான் மகிழ்ச்சியாக இருந்த காலகட்டத்திற்கே போனதுபோல இருந்தது!" என்று சொல்லிவிட்டு முகத்தை மூடிக்கொண்டான். அவன் உணர்ச்சிவசப்பட்டு அழுதது, குலுங்கிய அவனது தோள்களைப் பார்த்தவர்களுக்குப் புரிந்தது.

நண்பர்கள் எல்லாரும் சமாதானப் படுத்தினார்கள். சற்று நேரத்திலேயே மானவ் சமாளித்துக்கொண்டு சரியாகிவிட்டான். மனதிற்குள் கட்டி வைத்திருந்த ஒரு மாயவலையை இயல்பாக அவனே அறுத்து எறிந்துவிட்டான். ஒரு நல்ல நட்பு வட்டத்தையும் பெற்றுவிட்டான். இனி அவனுக்கு வானம்தான் எல்லை.

❏ இதுவும் கடந்து போகும்

5

வயது 15 இதுவும் கடந்து போகும்

அந்தச் ஆல்டோ கார் செயின்ட் ஜோசப் இன்டர்நேஷனல் ஸ்கூல் உள்ளே வந்து மெதுவாக மற்ற கார்களுக்கு இடையே நீந்தி, பார்க்கிங்கில் வந்து நின்றது.

காரில் இருந்து இறங்கிய ரேஷ்மாவைப் பார்த்த செக்யூரிட்டி கேட் காவலாளி, புன்னகைத்து அவளுக்கான விசிட்டர் அடையாள அட்டையைக் கொடுத்தார். புன்னகையுடன் தலையசைத்து அதை வாங்கிக்கொண்டு உள்ளே நடந்தாள்.

திருமதி ஃபாத்திமா இக்பால் மேற்பார்வையாளர் என்று எழுதப்பட்டிருந்த அறைக்குள் கதவை லேசாகத் தட்டி விட்டு உள்ளே நுழைந்தாள். அவளை பார்த்து ஒரு பாதி சிரிப்புடன் அமரச்சொல்லிவிட்டு, தன்னுடைய போன் பேச்சை சுருக்கமாக முடித்துவிட்டு, ரேஷ்மாவைப் பார்த்துப் பேச ஆரம்பித்தார்.

"எஸ், என்ன விஷயம்?"

"மேம், என் பேரு ரேஷ்மா, மனநல ஆலோசனையாளர், கெட் வெல் ஹாஸ்பிடல் டாக்டர் ரவிசங்கருடைய குழு".

"ஓ.. நான் போன மாதம்தான் இந்த ஸ்கூலில் சேர்ந்திருக்கிறேன். நீங்கதான் வழக்கமாக மாணவ மாணவிகளுக்குக் கவுன்சலிங் குடுக்கறீங்க, நல்லா செய்யறீங்கன்னு கேள்விப்பட்டேன்!"

"தேங்க்ஸ் மேம்"

துரை ஆனந்த் குமார் ❑

“8, 9 ,10 வகுப்பு மாணவர்களுக்கு இது வரைக்கும் நீங்க கொடுத்த கவுன்சலிங்கில் ஏதாவது மேற்கொண்டு ஸ்கூல் தரப்பில் செய்யணுமா, எந்த எந்த ஸ்டுடெண்ட்ஸ்க்கு இன்னும் கவுன்சலிங் தொடர்ந்து செய்யணும்னு ஒரு ரிப்போர்ட் கேட்டிருந்தேன்.”

“இதோ”, கையிலிருந்த பைலை எடுத்துக் கொடுத்தாள்.

வாங்கிப் புரட்டிய ஃபாத்திமாவின் கண்கள் சில பேப்பர்களில் மட்டும் தங்கி, பின்னர் மற்ற பக்கங்களுக்குச் சென்றது.

“கொஞ்சம் சுருக்கமா சொல்ல முடியுமா? நாளைக்கு ஒரு மீட்டிங்கில் நான் பிரின்சிபல் சாருக்குப் ப்ரெசென்ட் பண்ண வேண்டியிருக்கிறது.”

“8, 9 மற்றும் 10ம் வகுப்பு மாணவர்கள் மொத்தம் 450 பேர். எல்லாரிடமும் நடத்திய உரையாடல் மற்றும் மன அழுத்த சர்வே எடுத்ததில் பிரச்சினை இருப்பதாக அறியப்பட்டவங்க மொத்தம் 13 பேர். அவர்களில், கடந்த ஒரு வருடத்தில் பழையபடி நார்மலாக ஆனவர்கள் 10 பேர். மீதி மூணு பேர்தான் இன்னும் கவுன்சலிங் தேவைப்படறவங்க.”

“வெரி குட்! அந்த மூணு பேரைப் பற்றி மட்டும் கொஞ்சம் சொல்லுங்க!”

“முதல் கேஸ் அதிர்ச்சியால் வந்த மன அழுத்தக் குறைபாடு. (Post-traumatic stress disorder). எய்த் சி படிக்கும் காவ்யா, கண் எதிரில் நடந்த விபத்தில் தன்னோட அப்பா இறந்து போனதைப் பார்த்தவள். இப்போது முன்னேற்றம் இருக்கு, ஆனால், இன்னும் சில வாரங்களாவது கவுன்சலிங்கைத் தொடர வேண்டி இருக்கும்.”

“ஓகே”

“இரண்டாவது கேஸ், டென்த் பி அமல்ராஜ், திக்குவாய் பிரச்னையால் வந்த மன அழுத்தம், இன்னும் கவுன்சலிங்கைத் தொடரவேண்டும்.”

“ஓகே”

“மூன்றாவது கேஸ், நைன்த் Dயில் படிக்கும் அஹமத் ரிஸ்வான். முன்னேற்றம் விட்டுவிட்டு இருக்கிறது. மன

அழுத்தம், தனிமை, எதிலும் ஈடுபாடு இல்லாமல் இருப்பது; ஒவ்வொரு மாதமும் கவுன்சலிங் செய்தால் கொஞ்சம் நல்லா இருப்பான். அப்புறம் ஒரு மாதம் கழித்துத் திரும்பவும் அதே பிரச்னைதான்."

"ம்ம், அப்படியென்றால் உங்க பரிந்துரை என்ன?"

"ரிஸ்வானுக்கு கவுன்சலிங் மாதம் ஒருமுறை என்பதை மாதத்திற்கு இருமுறை என மாற்றவேண்டும். மற்ற இருவருக்கும் எந்த மாற்றமும் இல்லை."

"தேங்க்ஸ் ரேஷ்மா! நீங்கள் அது போலவே செய்துவிடுங்கள்!"

"தேங்க்ஸ் மேம்" என்று எழுந்து, காரிடாரில் நடந்து இடதுபுறம் திரும்பி, அங்கே தனக்காக ஒதுக்கப்பட்டிருந்த அறைக்குள் வந்து அமர்ந்தாள்.

அதன் பிறகு, உணவு இடைவேளை வரை, முதல் இருவருக்கும் ஆலோசனை வழங்கியபின், கடைசியாக ரிஸ்வானை அழைத்தாள்.

உள்ளே வந்து அமர்ந்த ரிஸ்வான், அரும்பு மீசையுடன், குழந்தைத்தனம் மிச்சமிருந்த ஒரு விடலைச் சிறுவனாகக் காட்சியளித்தான்.

"ஹாய் ரிஸ்வான், ஹவ் ஆர் யூ?"

"ஃபைன் மே'ம்" குறுகுறுவென்று பார்த்தான்.

"என்ன பாக்கற ரிஸ்வான்?"

"போன மாதம் பார்த்தப்ப இருந்த ஹேர் ஸ்டைல் வேறு விதம். இப்ப மாத்திட்டீங்க மேம், ஆனா இதுலயும் நீங்க அழகா இருக்கீங்க!"

"தேங்க்ஸ் ரிஸ்வான்! உன்னுடைய சமீபத்திய மன அழுத்த சர்வே முடிவுகளில் வித்யாசமாக எதுவுமே இல்லை. அதுதான் புரியவில்லை."

"......."

"இனிமேல் நான் மாதாமாதம் உன்னைப் பார்க்க வர மாட்டேன்!"

❑ இதுவும் கடந்து போகும்

தூக்கத்திலிருந்து விழித்தவனைப் போலத் திடுக்கிட்டு ரேஷ்மாவை நோக்கினான். "ஏன் மேம்?"

"ஏன்னா, இனிமேல் பதினைந்து நாளைக்கு ஒருமுறை வருவேன்."

அவனுடைய கண்கள் பளிச்சிட்டதைக் கவனித்தாள்.

"நல்லவேளை மேம், நான் பயந்தே போய்விட்டேன்."

"அதுக்கு ஏன் பயப்படணும் ரிஸ்வான்? உன்னோட கவுன்சலிங் நிற்காது. எங்க மருத்துவமனையில் என்னைப் போல இன்னும் நிறையபேர் இருக்கிறோம் தெரியுமா? வேற ஒருத்தர் வந்து கன்டினியூ செய்வாங்க!"

"அதுக்காக இல்ல மேம், உங்களைப் பார்க்க முடியாதுன்னுதான்..."

"தேங்க் யூ, நான் கண்டிப்பா வருவேன்... ஆமா, என்னை எதுக்குப் பாக்கணும்னு நினைக்கற?"

"அ..அது வந்து மேம்...நான் வந்து... உங்களை... ல.. அதை எப்படி சொல்றது...ஆங் ..ரொம்பப் பிடிக்கும் மேம்."

"ம்ம், உனக்குப் படம் வரைய ரொம்பப் பிடிக்கும்னு சொன்னியே, அது மாதிரியா?" என பேச்சை மாற்றினாள்.

"இல்ல மேம், இது வேற மாதிரி, ஆங், நீங்க படம்னு சொன்ன உடனே ஞாபகம் வருது, என்னோட டிராயிங் நோட்டைப் பாருங்க" என்று பரபரவென்று பையிலிருந்து எடுத்து நீட்டினான்.

நோட்டைப் புரட்டிப் பார்த்தால், இவனுக்கு கவுன்சலிங் ஆரம்பித்த புதிதில் இருந்து வரையப்பட்ட பல படங்கள். ஜன்னல் வழியாகத் தெரிந்த சூரிய உதயம் மற்றும் பர்தாவுடன் வரையப்பட்டிருந்த ஒரு பெண்ணின் முகம்.

"இது... யாரு ரிஸ்வான்?"– அவனுக்கு அம்மா இல்லை என்று அவனுடைய கோப்புகளில் இருந்தது நினைவுக்கு வந்தது.

"ப்ச்... என்னோட அம்மா மேம், எனக்கு மூணு வயசு இருக்கும்போது கேன்சர்ல செத்துப் போய்ட்டாங்களாம்."

"ஐ யாம் சாரி!"

துரை ஆனந்த் குமார்

“பரவாயில்ல மேம், எனக்கு அம்மா சம்மந்தப்பட்ட ஏந்த நினைவும் இல்லை. இந்த போட்டோ மட்டும் வீட்டில் பார்த்திருக்கிறேன், அதனால்தான் வரைந்தேன்” என்றான்.

ரேஷ்மாவுக்கு அவனை நினைத்தால் பாவமாக இருந்தது. அடுத்தடுத்த பக்கங்களைப் புரட்டிப் பார்த்தால், பென்சில் கோடுகளில் கிறுக்கல்களாக ஆரம்பித்து, அடுத்தடுத்த பக்கங்களில், கொஞ்சம் கொஞ்சமாகத் தெளிவாகவும் நேர்த்தியாகவும் வரையப்பட்டிருந்த படங்கள் எல்லாவற்றிலும் இருந்தது ஒரு பெண். சில பக்கங்களைத் தாண்டியவுடன் முக ஒற்றுமைகள் மூலம், அவன் தன்னைத்தான் வரைந்து தள்ளியிருக்கிறான் என்று புரிந்துகொண்டாள். இருந்தாலும் அவன் மனதில் என்ன நினைக்கிறான் என்று தெரிந்து கொள்வது மிகவும் அவசியம் என்று தோன்றியது.

“இதுவும் உன் அம்மாவா?”

“ஐயோ, இது அம்மா இல்லை மேம், நீங்கதான்! பார்த்தால் தெரியலையா?”

“ஓ.. ஆமாம் இப்ப பாத்தா அப்படிதான் தெரியுது. கூட ஒரு ஆள் இருக்காரே அவர் யாரு?”

சற்றே வெட்கப்பட்டான், “அது...நாந்தான் மேம், இப்ப இல்லை, இன்னும் கொஞ்சம் வருஷம் கழிச்சு...நீங்களும் நானும்...”

“நீயும் நானும்?”

“நானும் நீங்களும்... மேரேஜ் பண்ணிக்கலாம் மேம், நாந்தான் அப்ப உங்க அளவு உயரமாயிடுவேன் இல்ல?”

ரேஷ்மா பெருமூச்சு விட்டாள். பூனைக்குட்டி வெளியே வந்துவிட்டது.

“உங்கப்பா..?”

“அவரு இப்போ எங்க இருக்காருன்னே தெரியாது மேடம், எப்பவும் பிசினஸ் விஷயமா பிசியா இருப்பாரு. ஞாயிற்றுக் கிழமை காலையில் அவரோட மொபைல் எண்ணில் இருந்து அழைப்பு வந்தால் இந்தியாவுக்குள் இருக்காரு, வேற ஏதாவது ஒரு எண்ணில் இருந்து அழைப்பு வந்தா அவரு வெளிநாட்டுல இருக்காருன்னு புரிஞ்சிக்குவேன். என்ன பேசப் போறாரு?

நீ நல்லா இருக்கியா? வேலைக்காரங்க உன்னை நன்றாகக் கவனிக்கிறாங்களா? உன்னோட கார்ட்ல பணம் இருக்கா? வேற ஏதாவது வேணுமா? அப்புறம் கால் பண்றேன், பை! இதையேதான் ஒவ்வொரு முறையும் பேசுவாரு. எனக்கு மனப்பாடமே ஆயிடுச்சு மேம்! அதுக்கு மேல என்ன பேசணும்னு அவருக்கும் தெரியாது, எனக்கும் தெரியாது."

"......."

"......"

"ரிஸ்வான் , எனக்கு 7 வயசுல ஒரு பாப்பா இருக்கா!"

அடுத்த வினாடியே பதில் சொன்னான், "பாப்பாவை நான் சூப்பரா பாத்துக்குவேன் மேம்!"

என்ன சொல்லலாம் என்று தன் தொழில் திறமையைத் திரட்டி யோசித்தாள்.

பிறகு பேச ஆரம்பித்தாள், "ரிஸ்வான்! உனக்கு இப்போ 14 வயது. எனக்கு 39. பாப்பாவுக்கு 7 வயது. நீ சொல்வது போல யோசித்துப் பார்த்தால், நீ நன்றாகப் படித்து, ஒரு வேலைக்கோ அல்லது உங்கப்பாவோட பிசினசிலோ ஒரு நிலைக்கு வர, இன்னும் 11 வருடங்களாவது ஆகும். அப்போதுதான் நீ திருமணத்தைப் பற்றி யோசிக்கவே முடியும். உனக்கு 25 வயது ஆகும்போது, எனக்கு 50 வயது ஆயிருக்கும். பாப்பா 18 வயதில் இருப்பாள். ஐம்பது வயதான மனைவியும் 18 வயதில் ஒரு ரெடிமேட் மகளும் உனக்கு 25 வயதில் வேண்டுமா?"

ரிஸ்வான் மேஜை மேல் இருந்த தண்ணீரை எடுத்து குடித்தபோது அவனுடைய முகத்தில் ஒரு அதிர்ச்சியும் குழப்பமும் தெரிந்தது.

"ரிஸ்வான், உனக்குச் சுருக்கமாகச் சொல்கிறேன். உன் மனதில் இப்போது வந்திருப்பது காதல் இல்லை. டீன் ஏஜ் பருவத்தில் ஹார்மோன்கள் செயல்பட ஆரம்பிக்கும்போது எல்லாருக்கும் வரக்கூடிய தற்காலிகமான, ஒரு நீர்க்குமிழி போன்ற ஒரு சலனம். இதைப் பருவ ஈர்ப்பு (infatuation) என்று சொல்லுவோம்."

"என் கூட படிக்கும் பொண்ணுங்க மேல எனக்கு அந்த மாதிரி ஈர்ப்பு வரலையே மேம்!"

துரை ஆனந்த் குமார்

"உனக்கு எத்தனை நண்பர்கள், தோழிகள் இருக்காங்க?"

"......"

"புரிஞ்சிதா ரிஸ்வான்? அம்மா இல்லை, அப்பா இருந்தும் அவரிடம் பழக உனக்கு வாய்ப்பு கிடைக்கவில்லை. உனக்கு நட்பு வட்டமும் இல்லை. ஆரம்பத்தில் இருந்தே, ஸ்கூலிலும் சரி, வீட்டிலும் சரி, உன்னுடையது ஒரு தனி உலகம்தான். வகுப்புத் தோழிகள், ஆசிரியைகள் எல்லோரிடமிருந்தும் விலகியே இருந்துவிட்டாய். நீ பார்த்துப் பேசிப் பழகிய முதல் பெண் நான்தான். அதனால்தான் இப்படி ஒரு உணர்ச்சி உன்னையும் அறியாமல் உருவாகி இருக்கிறது."

"......"

"தொடர்ந்து என்னைப் பார்க்க வேண்டும் என்றால் உனக்கு மன அழுத்தம் இருப்பதாக எல்லாரும் தொடர்ந்து நம்பவேண்டும், அதற்காகவே நீ யாரிடமும் பழகாமல் உன்னை சுற்றி நீயாகவே வட்டம் போட்டு வாழ்ந்துகொண்டு இருக்கிறாய்."

"......."

"என் மேல ஈர்ப்பு வந்தது ஒரு விதத்தில் உனக்கு நல்லதுதான் ரிஸ்வான். எப்படித் தெரியுமா?"

"எ.. எப்படி மேம்?"

"எனக்கும் உனக்கும் 25 வயசு வித்யாசம் இருப்பது, எனக்கு ஏற்கெனவே மணமாகிவிட்டது, 7 வயதில் பாப்பா இருப்பது, முக்கியமாக நான் ஒரு மனநல ஆலோசனையாளராக இருப்பது, இதனால்தான் என்னால் தெளிவாக இதை ஒரு தற்காலிக ஈர்ப்புன்னு புரிஞ்சிகிட்டு உனக்கும் சொல்ல முடியுது. இதுவே உடன் படிக்கும் ஒரு சின்னப் பொண்ணு மேல உனக்கு ஈர்ப்பு வந்திருந்தால், அந்த ஈர்ப்பைக் காதல் எனத் தப்பாக நினைத்துக்கொண்டு, உங்கள் இருவரின் வாழ்க்கையும் கெட்டுப் போயிருக்கலாம். நல்லவேளை நீ தப்பித்தாய் என்று பாசிட்டிவாக எடுத்துக்கொள்!"

"......."

"உன் போன்ற புத்திசாலிச் சிறுவர்களும் சிறுமிகளும், டீன் ஏஜில் காதல் பற்றியோ திருமணம் குறித்தோ எந்தப்

❏ இதுவும் கடந்து போகும்

பெரிய முடிவுகளும் எடுக்க மாட்டார்கள். நீ வளரவேண்டிய, உன்னை வளர்த்துக்கொள்ளவேண்டிய பருவம் இது."

சிறிது நேரம் ரிஸ்வான் எதுவும் பேசவில்லை. மும்முரமாக யோசிக்கத் துவங்கினான். ரேஷ்மாவும் அவனை யோசிக்கட்டும் என்று விட்டுவிட்டு, அன்றைய ஆலோசனையை முடித்துவிட்டார்.

15 நாட்கள் கழித்து வந்த அடுத்த ஆலோசனை நிகழ்வில் ரிஸ்வானைச் சந்தித்தபோது சுற்றி வளைக்காமல் அவனே நேரடியாக விஷயத்திற்கு வந்தான். "யோசித்துப் பார்த்தேன் மேம், என்னை நினைத்தால் எனக்கே அசிங்கமாக இருக்கிறது. எப்படியாவது இதையெல்லாம் நான் முழுதும் மறக்க வேண்டும். அதற்கு ஏதாவது சிகிச்சை இருக்கிறதா? அப்புறம், நான்... நான் உங்களைப் பற்றித் தப்பாக நினைத்ததற்கு சாரி!"

"நல்லது ரிஸ்வான். இப்போதுதான் நீ சரியாக உணர்ந்திருக்கிறாய். சாரி கேட்கவேண்டிய அவசியம் எதுவும் இல்லை! இப்படி ஒரு ஈர்ப்பு வந்ததை நினைத்துக் குற்ற உணர்ச்சியும் அடையவேண்டாம். உன் ஹார்மோன்கள் வேலை செய்ய ஆரம்பித்துவிட்டன என்ற சிக்னல்தான் அது."

"ஆனால் எப்படி உங்களை, ஐ மீன் இந்த ஈர்ப்பை நான் மறப்பது?"

"வெரி குட் ரிஸ்வான்! இதுதான் சரியான அணுகுமுறை. இந்தத் தற்காலிக ஈர்ப்பைக் கட்டாயப்படுத்தி மறக்க முடியாது; தேவையும் இல்லை. ஆனால், இந்த ஈர்ப்பைத் தாண்டி நீ அடுத்த கட்டத்திற்கு நகரலாம். அதற்கு, உன்னுடைய உடலையும், அறிவையும், மனதையும் ஒன்றாக வளரச்செய்ய வேண்டும்."

"அது எப்படி மேம்?"

"எப்படித் தெரியுமா? உடற்பயிற்சி, யோகா விளையாட்டு மூலம் உன் உடலை வலிமையாக்க வேண்டும். பள்ளிப்படிப்புடன் நல்ல புத்தகங்களையும் நேரம் கிடைக்கும்போதெல்லாம் தொடர்ந்து வாசித்தால் அறிவும் சிந்தனையும் பண்படும். மனதிற்குப் பிடித்த புதுக் கலைகள் கற்றல், நல்ல பொழுதுபோக்குகள், நல்ல நண்பர்கள், தோழிகளுடன் பழகுதல் இவை மூலம் மனதைப் பக்குவப் படுத்தவேண்டும். இது போல் உன்னுடைய நேரம் நல்ல முறையில் செலவழிக்கப்பட்டால், அந்த

துரை ஆனந்த் குமார்

ஹார்மோன் சேட்டைகள் உன் மனதையும், எதிர்காலத்தையும் பாதிக்காமல் இந்த ஈர்ப்பைத் தாண்டிச் சென்றுவிடலாம்."

"தேங்க்ஸ் மேம்!"

"யூ ஆர் வெல்கம் ரிஸ்வான். உங்க வீட்டுக்கு நல்ல நண்பர்களை வரவழை, நீயும் நண்பர்கள் வீட்டுக்குப் போய் வா, உனக்கு நண்பர்களை அறிமுகப்படுத்தி வைக்க ஸ்கூல் மூலம் ஏற்பாடு செய்யட்டுமா?"

"வேண்டாம் மேம், எல்லார் கூடவும் பழக ஆரம்பித்தால் எனக்கு மன அழுத்தம் ஒன்றும் இல்லை என்று தெரிந்துவிடும்; அப்புறம் நீங்கள் வர மாட்டீர்கள், உங்களைப் பார்க்கவே முடியாது என்ற எண்ணத்தில்தான் நான் இது வரைக்கும் நண்பர்களிடம் பழகவே இல்லை. என் வகுப்பிலேயே ஒரு நல்ல நண்பன் இருக்கிறான். அவன் முன்பே என்னிடம் வந்து அவனுடைய வீட்டுக்கு அழைத்தான்; அவனிடமும் மற்ற எல்லா நண்பர்களிடமும் பழகச்சொல்லியும் கேட்டான்; நான் இதுவரை அவன் கேட்டதைச் செய்யவில்லை. ஆனால் இனிமேல் அவனிடமும் அவனைச் சேர்ந்த நண்பர்களிடமும் நன்கு பழகப்போகிறேன் மேம்."

"இப்போதுதான் எனக்கு மகிழ்ச்சி ரிஸ்வான். அந்த நண்பனின் பெயர் என்ன?"

"ஆதி மேம்!"

இதுவும் கடந்து போகும் என்ற தத்துவப்படி, ரிஸ்வானின் தற்காலிக ஈர்ப்பும் கடந்துபோகும் என்ற மகிழ்ச்சியோடு அவனுடன் கை குலுக்கினார் ரேஷ்மா. அது ரிஸ்வானைப் பொறுத்தவரை வெறும் கை அல்ல, நம்பிக்கை!

❑ இதுவும் கடந்து போகும்

6

வயது 16 எல்லாம் தெரிந்த ஜேக்

செயின்ட் ஜோசப் இன்டர்நேஷனல் பள்ளி, கோடைக்கால விடுமுறைக்குப் பிறகு ஆரவாரமாகத் துவங்கியது. புதுச் சீருடைகள், புத்தகங்கள், சாக்லேட்டுகள், பபுள்கம் என்று எல்லாம் சேர்ந்த ஒரு கலவையான வாசனை அடித்துக் கொண்டிருந்தது. ஆங்காங்கே மாணவ மாணவிகளின் சிரிப்புச் சத்தமும் கேட்டது.

பதினொன்று A வகுப்பில் ஆசிரியை எலிசபெத், மாணவ மாணவிகள் எல்லோரையும் அறிமுகப்படுத்திக்கொள்ளச் சொன்னார். அவர்களில் நமக்குப் பலரைத் தெரியும், ஆதி, நிஷா, ஸ்ருதி, சாரா, ராபர்ட், மானவ், நிலா, தன்ஷிகா, ரிஸ்வான் எல்லாரும் போன வருடம் பார்த்ததைவிட சற்று வளர்ந்திருந்தார்கள்.

சிலர் புதிதாக வந்து சேர்ந்திருந்தார்கள்.அவர்களில் குமார் சற்று அடர்த்தியான நிறம், நல்ல உயரம், மெல்லிய அரும்பு மீசையுடன் கூடிய அப்பாவித் தோற்றம். புதிய இடம் என்பதாலோ என்னவோ, திருவிழாவில் தொலைந்த குழந்தை போல இருந்தான். அருகில் தூக்கக் கலக்கத்துடன் மகேஷ், எல்லாவற்றுக்கும் சிரித்துக்கொண்டு அப்துல் மஜீத் என்று அந்த முதல் நாள் வகுப்பு சற்று வினோதமாக இருந்தது. குமாரின் முறை வந்தபோது அவன் எழுந்து நின்று தயக்கத்துடன் தன்னை அறிமுகப்படுத்திக்கொள்ள ஆரம்பித்தான்.

“எக்ஸ்க்யூஸ் மீ மேம்” – ஒரு புது மாணவி வெள்ளைச் சீருடையில் அதைவிட வெள்ளையாக நின்றுகொண்டிருந்தாள்.

“கம் இன்.”

அந்த வகுப்பில் இருந்த மாணவிகள் எல்லோருமே அழகான பட்டாம்பூச்சிகளாக இருந்தாலும், இப்படி ஒரு மின்னலடிக்கும் அழகை அந்த வகுப்பு, இல்லை இல்லை, அந்தப் பள்ளியே கண்டதில்லை. குமார் பேச வந்ததை நிறுத்திவிட்டு உட்கார்ந்துவிட்டான்.

“குட் மார்னிங் மேம்! ஐ யாம் மாயா சேத்.”

புன்சிரிப்புடன் வந்து நிஷா அருகில் அமர்ந்தாள். குஜராத்தைப் பூர்வீகமாகக் கொண்ட மாயாவின் குடும்பம், சென்னையில் செட்டில் ஆகிவிட்டது என்று தெரிந்துகொண்டனர். அடுத்த இரண்டு நாட்களுக்குள் அந்த மாயாவின் பெயர் பள்ளிக்கூடத்தின் மூலை முடுக்குகளில் எல்லாம்கூடப் பரவிவிட்டது.

மாயா வந்ததை அடுத்து அந்தப் பள்ளியில் கண்ணுக்குத் தெரியாத சில ரகசிய மாற்றங்கள் ஏற்பட ஆரம்பித்தன. முதலில் மாணவர்கள் அழகாகக் காட்சி அளிக்க முயற்சி செய்தார்கள். யாருக்குப் பிறந்தநாள் என்றாலும் ஸ்கூல் பிரின்சிபலை அடுத்து மாயாவைத் தேடி சாக்லேட்கள் அணிவகுத்து வர ஆரம்பித்தன. எங்கும் மாயா, எதிலும் மாயா என்ற நிலைதான் பள்ளியில் ஏற்பட்டது. சுருக்கமாகச் சொன்னால் அவள் ஒரு மனிதப் பிறவி போல் இல்லாமல், தேவதையாகவே காட்சி அளித்தாள். இதில் யாருக்கு ஆதாயமோ இல்லையோ ஜேக் என்று செல்லமாக அழைக்கப்பட்ட ஜேக்கப்பிற்கு நல்ல டிமாண்ட் ஏற்பட்டது.

ஜேக் அதே வகுப்பில் படிக்கிறான் என்று சொல்ல முடியாது; அதே வகுப்பில் இருக்கிறான் என்று வேண்டுமானால் சொல்லலாம். வளர் இளம் மாணவர்களுக்கு அவன் ஒரு நடமாடும் இளமை என்சைக்ளோபீடியாவாக விளங்கினான். பெண்களைப் பற்றி அவனுக்குத் தெரியாததே இல்லை என்று ஒரு பொது எண்ணம் மாணவர்களிடையே இருந்தது. ஒரு பெண்ணோடு செட் ஆகுமா என்று ஃப்ளேம்ஸ் போட்டுப் பார்ப்பதில் இருந்து ஒரு பெண்ணிடம் போய் எப்படிப் பேசிக் கவர வேண்டும் என்பது வரை அவனுக்கு எல்லாமே அத்துப்படி என்று அனைவரும் நம்பினர்.

ஒருநாள் ஆதி வகுப்புக்குள் நுழைந்தபோது ஜேக், குமாருக்கு ஆலோசனை சொல்லிக் கொண்டிருந்ததைப் பார்த்தான். ஜேக், "பொண்ணுங்க வேண்டாம் என்றால் வேண்டும் என்று பொருள், பிடிக்காது என்றால் பிடிக்கும் என்று பொருள்; குஜராத்தி பொண்ணுங்ககிட்ட எப்படிப் பேசணும் தெரியுமா? நான் சொல்வதைக் கேள்" என்று ஏதேதோ சொல்லிக்கொண்டிருந்தான்.

ஆதிக்கு அவனையும் அறியாமல் ஜேக் மீது கோபம் வந்தது. இவன் பேச்சைக் கேட்டு யாராவது போய், மாயாவிடம் பேசி, அவளுக்கும் அந்தப் பையனைப் பிடித்துவிட்டால்? அவனையும் அறியாமல் ஒரு குழப்பம் வந்தது. அப்படி என்றால் மாயாவிடம் வேறு யாரும் நெருங்கிவிடக் கூடாது என்று தனக்கு ஏன் தோன்றவேண்டும்? அப்படி ஒரு பொசஸிவ்னெஸ் தோன்றும் அளவு தனக்கு அவளிடம் எந்த உறவும் இல்லையே, பின் ஏன் இப்படி?

தயக்கமின்றி நேரே சென்று தன் தந்தையிடமே இதுபற்றிக் கேட்டான்.

ரவிசங்கர் கொஞ்சம் யோசித்துவிட்டுச் சொன்னார், "ஆதி! நீ நேரடியாக என்னிடம் வந்து கேட்டாயே, அது மிகவும் நல்ல விஷயம். பெண்களைக் கவர என்று எந்த ஒரு பொது ஃபார்முலாவும் இல்லவே இல்லை. ஒவ்வொருத்தரும் ஒவ்வொரு மாதிரி. அதனால், பெண்களைப் பற்றி ஒருவனுக்கு எல்லாமே தெரியும் என்பது உண்மை இல்லை. நீ எப்போவாவது அந்த ஜேக் ஒரு பெண்ணிடம் பேசியோ பழகியோ பார்த்திருக்கிறாயா?"

"இல்லப்பா."

"இந்த மாதிரிப் பசங்கதான் எல்லாம் தெரிந்தது போலப் பேசுவார்கள். அது ஒரு விதமான காம்ப்ளெக்ஸ். இந்த வயதில் அழகான பெண்களைப் பார்த்தால் உனக்கு வரும் உணர்வு வெறும் ஈர்ப்புதான். பொண்ணுங்க, பசங்க எல்லாருக்கும் இந்த வயசுல இது சாதாரணம். அப்பா அம்மா அல்லது பெரியவர்கள் எடுத்துச் சொன்னால் இந்தப் பிரச்னை, சாதாரண விஷயம்தான் என்று புரிந்துவிடும்! அப்படிப் புரியவைக்க ஆள் இல்லாதவங்கதான் ஜேக் மாதிரி ஆட்களைத் தேடிப் போவார்கள்! இந்த மாதிரி அனுபவம் இல்லாத அரை வேக்காடுகளின் பேச்சைக் கேட்பது பயங்கர ரிஸ்க், புரிஞ்சிக்க ஆதி!"

ஆதிக்கு மாயா மேல் இருந்த ஈர்ப்பு குறையவில்லை என்றாலும், அது வெறும் ஈர்ப்பு மட்டும்தான் என்ற உண்மை புரிந்துவிட்டதால் மனம் சற்றே அமைதி அடைந்தது.

சில வாரங்கள் கழித்து, வகுப்பு இடைவேளையில் ஆதியிடம் வந்த மாயா, வழக்கமான சிரிப்புடன் கேட்டாள், "ஆதி, ஒரு உதவி வேணும், செய்வியா?"

"சொல்லு மாயா!"

பெப்பெர்மின்ட் வாசனையுடன் மாயா அவனிடம் கிசுகிசுப்பாகச் சொன்னாள், "பக்கத்து வகுப்பில் உள்ள சந்தோஷிடம் எப்படியாவது பேசவேண்டும் என்று பார்க்கிறேன். உங்க வீட்டுக்குப் பக்கத்துலதான் நம்ம லீலா வீடு இருப்பதாகச் சொன்னாள். அவளுக்குத்தான் பாய்ஸ் பத்தி நல்லா தெரியுமாம், அவளிடம் கொஞ்சம் யோசனை கேட்கவேண்டும். நீதான் எனக்கு டியர் பிரண்ட், உங்க வீட்டுக்கு வரேன், அப்படியே என்னை அவ வீட்டுக்குக் கூட்டிட்டுப் போறியா? யார் கிட்டயும் சொல்லிடாதப்பா, ப்ளீஸ்!"

வெளியே கட்டை விரலை உயர்த்திக்காட்டிய ஆதி, மனதிற்குள் சிரிக்க ஆரம்பித்தான். அப்பா சொன்னது சரிதான். இந்த ஈர்ப்புப் பிரச்னை எல்லாருக்கும் இருக்கிறது. மாயா ஒரு நல்ல தோழி; ஆனாலும், அவளும் ஒரு சாதாரணப் பெண்தான். யாரும் தேவதை எல்லாம் இல்லை என்று புரிந்து கொண்டான்.

7

**வயது 17
நேற்று - இன்று -
நாளை**

மூன்று நாட்களுக்கு முன்...

இரவு ஒன்பது மணி அளவில், சென்னை GST சாலையில் சைதாப்பேட்டையிலிருந்து விமான நிலையம் செல்லும் திசையில் அந்த ஆம்புலன்ஸ் சைரன் ஒலியுடன் வேகமாக வந்துகொண்டு இருந்தது. கத்திப்பாரா சந்திப்புக்கு முன்னே இடது புறம் திரும்பி மெரிடியன் அருகில் ஊர்ந்து, அருகிலிருந்த காம்பௌண்டுக்குள் நுழைந்தது. "கெட் வெல் ஹாஸ்பிடல் பிரைவேட் லிமிடெட்" என்ற பலகையுடன் துல்லியமான தூய்மையுடன் ஒரு ஐந்து நட்சத்திர விடுதிபோல இருந்த மருத்துவமனையின் அவசர சிகிச்சைப் பிரிவுக்குள் ஆம்புலன்ஸ் நுழைந்தது. ஸ்ட்ரெச்சருடன் வந்த நர்ஸ்கள் ஆம்புலன்ஸில் இருந்து ஒரு பெண்ணை மின்னல் வேகத்தில் ஸ்ட்ரெச்சரில் ஏற்றி உள்ளே அழைத்துச் சென்றார்கள்.

பின்னால் வந்து நின்ற காரில் இருந்து அவசரமாக இறங்கிய தனசேகரனும் தன்ராஜும் ரிசப்ஷனுக்கு விரைந்தனர். தீவிர சிகிச்சைப் பிரிவின் வாயிலில் இருந்த பணியாளர்களிடம் அறிமுகப் படுத்திக்கொண்டு, அவர்கள் சொன்ன டாக்டரிடம் வேகமாகச் சென்றனர்.

டாக்டர் போஸ் கேட்டார், "வயிறை சுத்தம் செய்ய சொல்லியிருக்கேன், என்ன டேப்லெட் சாப்பிட்டாங்க, எத்தனைன்னு தெரியுமா?"

❑ இதுவும் கடந்து போகும்

இருவரும் ஒருவரை ஒருவர் பார்த்துக்கொண்டார்கள். "வேலியம் 2mg மாத்திரை... எத்தனைன்னு சரியாத் தெரியல டாக்டர்."

"சரி, வெயிட் பண்ணுங்க..." – தீவிர சிகிச்சைப்பிரிவுக்குள் டாக்டர் சென்று மறைந்தார்.

"தனா, சித்தப்பாவுக்கு தகவல் சொல்லி உடனே வர சொல்லு, பாப்பா மேல அவனுக்குப் பாசம் அதிகம்" – உடலும் மனமும் சோர்வடைந்த நிலையில் தனசேகரன் நாற்காலியில் அமர்ந்தார். மனம் பின்னோக்கி ஓடத் துவங்கியது.

நான்கு நாட்களுக்கு முன்...

அந்த ஹோட்டலின் விழாக்கூடம் அழகாக அலங்கரிக்கப்பட்டு இருந்தது. மேஜை மேல் வண்ண மலர்கள் பூச்சாடியில் வைக்கப்பட்டு சிரித்துக்கொண்டிருந்தன. காதை உறுத்தாத அளவில் இசை அந்த இடம் முழுதும் தவழ்ந்தது. எங்கிருந்து என்றே சொல்ல முடியாதபடி, யூ டி கொலோன் வாசனை காற்றில் கமகமத்தது.

மேஜை மேல் ஒரு ஐந்து கிலோ டபுள் சாக்லேட் கேக் அலங்காரமாக, 17 மெழுகுவர்த்திகளுடன் வைக்கப்பட்டு இருந்தது. பக்கத்து மேஜையில் நண்பர்களுக்குக் கொடுக்க வேண்டிய எதிர்பரிசுகள் தயாராக வைக்கப்பட்டு இருந்தன.

அன்று தன்ஷிகாவின் பிறந்தநாள். அவளது அப்பா தனசேகரனும் அண்ணன் தன்ராஜூம் பிசினஸ் பங்குதாரர்களுடன் பேசிக்கொண்டிருந்தனர். பிறந்தநாள் பாட்டு பாடப்பட்டது. அமர்க்களமாகக் கேக் வெட்டிய தங்கையைப் பெருமையோடு பார்த்துக்கொண்டிருந்த தன்ராஜின் சிரிப்பு அவசரமாகப் பாதியில் உறைந்தது. வெட்டிய கேக்கின் முதல் துண்டை, தன்ஷிகா சிரிப்புடன் யாரோ ஒரு இளைஞனுக்கு ஊட்டி விட்டுக்கொண்டிருந்தாள். அவளது சிரிப்புக்கு சாட்சியாக, காமெராக்கள் மின்னிக்கொண்டு இருந்தன.

மூன்று நாட்களுக்கு முன்...

காலை நேரத்தில், அந்த உணவு அறையின் பெரிய மேஜையில் தனசேகரன், தன்ஷிகா, தன்ராஜ், மற்றும் தன்ராஜ் மேனகா தம்பதியின் ஐந்து வயதுக் குழந்தை நிதி ஆகியோர் அமர்ந்து

சிற்றுண்டியைச் சாப்பிட்டுக்கொண்டிருந்தனர். வெள்ளந்தி மனிதர்களின் கூச்சல் சண்டையைவிட, அந்த மேல்தட்டுக் குடும்பத்தின் மௌனம், அநாகரிகம் உடையதாக இருந்தது.

பெரியவர்கள் ஒவ்வொருவர் மனதிலும் ஒவ்வொரு எண்ணம் ஓடிக்கொண்டிருந்தது. முதலில் மௌனத்தை வலுக்கட்டாயமாகக் கலைத்தவள் மேனகாதான், "நேத்து கேக் ஊட்டி விட்டியே, யாரு அந்தப் பையன்?"மற்றவர்கள் மனதில் இருந்ததை அவள் கேட்கவும், தன்ஷிகா என்ன சொல்லப் போகிறாள் என்று கவனித்தார்கள். அவர்களுடைய உடல்மொழியும் சாதகமாக இல்லை என்று புரிந்துகொண்டாள்.

"அது ராகவ்! என்னோட படிக்கிறான்."

"அவங்கப்பா என்ன செய்யறாரு?"

"IIT ல ப்ரொபஸர்."

"ப்ச்" – தன்ராஜுக்குக் கொஞ்சமும் பிடிக்கவில்லை.

"கேக் ஊட்டும் அளவுக்கு அந்தப் பையன் ஒட்டா உறவா?"– மேனகா மறக்காமல் எடுத்துக் கொடுத்தாள்.

திடீரென்று தன்ஷிகா ஆவேசமானாள், "ஆமா! கல்யாணம் செஞ்சிக்கப் போறேன்!"

தன்ராஜ் முகம் சிவந்தது, "பாப்பா, உன்னை வீட்டில் பூட்டி வைக்க, நான் சினிமாவில் வரும் அண்ணன் இல்லை, ஆனாலும் உன் விருப்பப்படி கல்யாணம் எல்லாம் செய்ய முடியாது!" – எழுந்து போய்விட்டான்.

அன்றே, மாலைநேரத்தில் ராகவுக்கு ஃபோன் செய்தாள்.

"ராகவ்... வீட்டில் கொஞ்சம் பிரச்னை!"

"ஏய், என்ன? ஏதாவது பார்ட்டி பண்ணி மாட்டிக்கிட்டியா?"

"ராகவ்! இது வேற விஷயம்."

"கம் ஆன், ஷூட்!"

அவள் விஷயத்தை சொன்னதும் நிஜமாகவே சுட்டது போல ஆகிவிட்டான். "நீ எதுவும் காமெடி பண்றியா?"

"ராகவ்... யாராவது இதில விளையாடுவாங்களா? நாம நல்ல தம்பதியா இருக்கலாம்!"

துரை ஆனந்த் குமார் ❑

"தனு! இந்த மாதிரி விஷயத்தை யோசிக்க இன்னும் காலம் இருக்கிறது. இப்போதுதான் நாம் பள்ளிப்படிப்பை முடித்திருக்கிறோம்.இன்னும் நுழைவுத்தேர்வுகள் எழுதவேண்டும், காலேஜ் போகவேண்டும், டிகிரி வாங்கவேண்டும், வேலைக்குப் போகவேண்டும்!"

"ராகவ், ரெண்டையும் ஒண்ணா மேனேஜ் பண்ணிக்கலாம்."

"லூசா நீ? கரியர்ல முக்கியமான நேரத்தில் இப்படி எல்லாம் பேசக் கூடாது. உன்னை எனக்குப் பிடிக்கும், ஆனா நமக்குள்ள ரிலேஷன்ஷிப் எதுவும் கிடையாது! நீயாக ஏதாவது கற்பனை செய்துகொண்டால்... ஐ ஆம் சாரி!"

ராகவ் அழைப்பைத் துண்டித்த பிறகு பிரமை பிடித்தவள் போல் உட்கார்ந்திருந்தாள். திடீரென்று எடுத்த முடிவின்படி, அவளது அப்பாவின் தூக்க மாத்திரை பாட்டிலை எடுத்து, மாத்திரைகளை விழுங்க ஆரம்பித்தாள். எப்போது மயங்கி விழுந்தாள் என்று அவளுக்கே தெரியவில்லை.

நேற்று...

காலை 6 மணி அளவில், அவசர சிகிச்சைப் பிரிவு வாசலில் டாக்டர் போஸைப் பார்த்தவுடன் அவசரமாக எழுந்தார், தனசேகரன்.

"உயிருக்கு ஆபத்து இல்லை! ஆனால் உங்க பொண்ணு மனதை முதலில் சரி செய்ய வேண்டும். இல்லேன்னா 24 மணி நேரமும் யாராவது பார்த்துக்கிட்டே இருக்கணும்!"

"சரி டாக்டர்."

"எங்க சைக்கியாட்ரி டாக்டர் வந்து பேஷண்ட் கிட்ட பேசுவாரு. அவர் பார்த்த பிறகு எப்போது டிஸ்சார்ஜ் என்று சொல்வார்."

டாக்டர் போன பிறகு அப்பாவும் மகனும் யோசித்துக் கொண்டே இருந்தனர்.

நேற்று...

மாலை 7 மணிக்குத் தீவிர சிகிச்சைப் பிரிவிலிருந்து சாதாரண சிகிச்சைப் பிரிவுக்கு தன்ஷிகா மாற்றப்பட்டாள். அருகில் பதைப்போடு அவளுடைய அம்மா அமர்ந்திருந்தார். அண்ணி மேனகா ஒரு முறை வந்து பார்த்துவிட்டு, வீட்டுக்குச் சென்றிருந்தாள்.

❏ இதுவும் கடந்து போகும்

சிறிது நேரத்திற்கெல்லாம் வெளியே லிஃப்ட் திறந்து தனசேகரனும் துபாயில் இருந்து வந்திருந்த அவரது தம்பி சந்திரசேகரனும் உள்ளே வந்தார்கள். தூங்கிக்கொண்டிருந்த பெண்ணைப் பார்த்துக் கண் கலங்கினார் சந்துரு. சிறுவயதில் இருந்தே தன்ஷிகா மீது அவருக்குப் பாசம் அதிகம். அவளும் சித்தப்பா மீது அப்படித்தான் இருந்தாள்.

தன் மனைவியை வீட்டுக்குக் கூட்டிச்சென்று வரவேண்டும் என்று தனசேகரன் கிளம்பினார். சற்று நேரம் கழித்து, தன்ஷிகா கண் விழித்துப் பார்த்தபோது அவளையே யோசனையுடன் பார்த்துக்கொண்டிருந்த சந்துருவின் முகம் தெரிந்தது.

"சித்... சித்தப்பா!" – அவள் கண்கள் கலங்கின, உதடுகள் துடித்தன. அவளது பூ போன்ற கைகளை மெதுவாகப் பிடித்து, "ஒண்ணுமில்லம்மா உனக்கு, இனி எல்லாம் சரி செய்யலாம்" என்றார். அதே சமயம் மருத்துவரும் உள்ளே வந்தார்.

"டாக்டர் ரவிசங்கர், தலைமை சைக்கியாட்ரிஸ்ட் மற்றும் மனநல ஆலோசகர்" என்று தன்னை அறிமுகம் செய்துகொண்டார். சந்துருவும் தன்னை அறிமுகம் செய்துகொண்டுவிட்டு, வெளியே சென்றுவிட்டார்.

"தன்ஷிகா, உங்களால பேச முடியுமா? முடியலேன்னா அதோட நிறுத்திடலாம்." சரி என்று தலை அசைத்தாள்.

நேரடியாக விஷயத்திற்கு வந்தார், "ஏன் இப்படி ஒரு முடிவுக்கு வந்தீங்க?" 20 நிமிடங்கள் பேசிக்கொண்டு இருந்துவிட்டு, வெளியே வந்தார். அங்கே நின்றுகொண்டு இருந்த சந்துருவிடம், "நாளைக்குக் காலையில் 9 மணிக்கு, நீங்க, தன்ஷிகாவின் அப்பா, அண்ணன், மூன்று பேர் மட்டும் என்னைப் பாருங்க. கொஞ்சநாளைக்கு தன்ஷிகாவை உங்களுடன் வைத்துக்கொள்ள முடியுமா?" என்று கேட்டார்.

"நிச்சயமாக டாக்டர்!"

"சரி, நாளைக்குப் பார்க்கலாம்", என்று சொல்லிச் சென்றார்.

இன்று...

டாக்டர் ரவிசங்கரின் அறையில் தனசேகரன், சந்திரசேகரன் மற்றும் தன்ராஜ் மூவரும் அமர்ந்து இருந்தனர்.

துரை ஆனந்த் குமார்

டாக்டர் நிதானமாகப் பேச ஆரம்பித்தார்.

"நேற்று தன்ஷிகாவிடம் பேசியதில் சில விஷயங்களை நான் தெரிந்துகொண்டேன்."

"எது பற்றி டாக்டர்?"

"சொல்கிறேன், உங்களில் யாருக்காவது தன்ஷிகாவுக்கு என்ன நிறம் பிடிக்கும் என்று தெரியுமா?"

ஒருவரை ஒருவர் பார்த்துக்கொண்டார்களே தவிர, அப்பாவுக்கும் மகனுக்கும் தெரியவில்லை.

சந்துரு மட்டும் முணுமுணுத்தார், "அடர் நீலம்."

"சரியாகச் சொன்னீர்கள் சந்திரசேகரன்! கிட்டத்தட்ட மற்ற எல்லா விஷயங்களிலும் இதே நிலைதான் என நினைக்கிறேன். தன்ஷிகாவின் மனதைப் புரிந்தவர்கள் அவளுக்கு அருகில் இல்லை, அருகில் இருப்பவர்கள் அவளைப் புரிந்துகொள்ளவே இல்லை."

"நாங்க அவளுக்கு எல்லாம் பார்த்துப் பார்த்துதானே செய்கிறோம்?" - தன்ராஜ் குரலில் நிஜமான வியப்பு.

"நான் பேசித் தெரிந்துகொண்டதைச் சுருக்கமாகச் சொல்கிறேன்; இரண்டு வருடங்களுக்கு முன் லேசான மாரடைப்பு வந்தவுடன், தனசேகரன் தொழில் பொறுப்புகளை முழுதுமாக தன்ராஜிடம் கொடுத்துவிட்டார். அப்போது முதல் தன்ராஜ் தம்பதியினர்தான் தொழிலையும் வீட்டையும் நிர்வகிக்கிறார்கள். தனசேகரன் ஓய்வு பெற, தன்ஷிகாவுடைய அம்மாவின் முழு கவனமும் தனசேகரனின் உடல்நிலை மீதே இருந்தது. வீட்டில் யாருக்கும் தன்ஷிகா மீது வெறுப்பு இல்லை, ஆனாலும் அவளைப் பார்க்க, பேச, கவனிக்க, கூட நேரத்தைச் செலவழிக்க யாருமே இல்லை!"

சந்துரு தன் அண்ணனை ஆச்சரியமாகவும் கொஞ்சம் ஏமாற்றத்தோடும் பார்த்தார், "நீங்க எல்லாம் ஒண்ணா இருக்கீங்கன்னு நான் தன்ஷிகாவை அதிகமா கவனிக்கலை, இப்போதான் புரியுது, நீங்க எல்லாம் ஒரே இடத்தில்தான் இருந்திருக்கீங்க, ஒண்ணா இல்லை!"

"........"

❏ இதுவும் கடந்து போகும்

டாக்டர் தொடர்ந்தார், "இந்தச் சூழ்நிலையில், உடன் படிக்கும் ராகவ் என்னும் ஒரு பையன்தான் தன்ஷிகாவுக்கு ஒரு நல்ல நண்பனாக, அவளையும் மதித்து, அவள் பேசுவதைக் காது கொடுத்துக் கேட்பவனாக இருந்திருக்கிறான். ஒரு கட்டத்தில் அவனையே தன் உலகமாக நினைக்கத் தொடங்கிவிட்டாள். அவனோடு தனக்கு உள்ள பிணைப்பு எப்படிப்பட்டது என்று அவளுக்கே தெரியாத நிலையில் அவனோடு உனக்கு என்ன உறவு என்று அண்ணி கேட்கவும் அந்த நொடி தோன்றிய ஒரு அவசர முடிவுதான் அவனை வாழ்க்கைத்துணை என்று சொல்ல வைத்தது. ஆனால் ராகவ் அப்படிப்பட்ட முடிவை மறுத்ததால், இந்த உலகத்தில் தனக்கென யாருமே இல்லை என்ற ஒரு பாதுகாப்பற்ற உணர்வு ஒரு பேரலையாக அவளுள் தோன்றி உள்ளது. அதன் விளைவுதான் இங்கே இருக்கிறாள்" என்று நிதானமாகப் பேசி முடித்தார்.

ஓரிரு நிமிடங்கள் அங்கே கனத்த மௌனம் நிலவியது. சந்துருதான் கேட்டார், "இப்போது நாங்கள் என்ன செய்தால் தனுவைப் பழைய மாதிரி ஆக்கலாம் டாக்டர்?"

"முதலில் அவளுக்கு ஒரு இடமாற்றம் இருந்தால் நன்றாக இருக்கும். பழைய சம்பவங்களைப் பற்றிப் பேசுவது, புலம்புவது, திட்டுவது, குத்திக்காட்டுவது என்று எதையும் செய்யவே கூடாது. தன்ஷிகாவிற்கு சித்தப்பா சித்தி மற்றும் தம்பிகளுடன் இருக்க விருப்பம் இருக்கிறது."

சந்துருவின் முகம் மகிழ்ச்சியை வெளிப்படுத்தியது, "இப்ப அவ காலேஜ் சேரவேண்டிய நேரம். துபாயில் ஸ்டூடென்ட் விசா வாங்கி, அவளுக்குப் பிடித்த படிப்பை அவள் அங்கேயே படிக்கட்டும், எங்ககூட வீட்டுல இருக்கட்டும்."

தனசேகரனின் குரல் தழுதழுத்தது, "நன்றி சந்துரு!"

"இதுக்கு எதற்கு அண்ணா நன்றி எல்லாம்? அவள் எனக்கும் செல்லம்தானே!" என்று சொன்னார்.

டாக்டர் ரவி, "நல்ல யோசனை! ஆனா தன்ஷிகா துபாய் போனபிறகும் இந்தியாவிலிருந்து அப்பப்ப அவகிட்டப் பேசுங்க, உங்க எல்லாரோட அன்பும் ஆதரவும் அவளுக்கு இப்போதான் அதிகம் தேவை! அவங்க அம்மா, அண்ணி இருவரிடமும் சொல்லி வைங்க!" என்றார்.

துரை ஆனந்த் குமார்

"சரி டாக்டர்."

"நாளைக்கு டிஸ்சார்ஜ் செய்துவிடலாம்."

"தேங்க்ஸ் டாக்டர்!"– மூன்று பேரும் சொன்னார்கள்.

"வெல்கம் சொல்ல மாட்டேன், இனிமேல் இந்த மாதிரிப் பிரச்னையுடன் நீங்க வரவே வேண்டாம்!" – டாக்டர் அழகாகப் புன்னகைத்தார்.

நாளை...

நாளை நடப்பதை யார் அறிவார்?

இருந்தாலும், உங்களுக்காகச் சொல்கிறேன்!

தன்ஷிகா டிஸ்சார்ஜ் ஆகப் போகிறாள். அடுத்த மாதம் துபாய் சென்று, மூன்று வருடங்கள் அங்கே படித்துக்கொண்டு சித்தப்பா, சித்தி மற்றும் தம்பிகளுடன் ஆனந்தமாக வாழப்போகிறாள்.

அடுத்தவரிடம் ஆதரவும் பாதுகாப்பும் தேடுபவளாக இல்லாமல், சொந்தக்காலில் நிற்பவளாகவும் உறுதியான மனம் படைத்தவளாகவும் மாறப்போகிறாள்.

வேறென்ன வேண்டும்..? சொல்லுங்கள்!

❑ இதுவும் கடந்து போகும்

8

வயது 18 தன்னந்தனி ஒருவன்

அந்த மாலின் உணவகப் பகுதியில் ஒரே இரைச்சலாக இருந்தது. ஒரு மேஜையில் பதினெட்டு வயதில் இருந்த ஆதி மற்றும் நிஷா இருவரின் சிரிப்பு சத்தமும், மாறி மாறிப் பேசும் சத்தமும் கேட்டுக்கொண்டே இருந்தது.

ரவிசங்கரிடம் எதையோ இருவரும் சொல்லிக்கொண்டும் சிரித்துக் கொண்டும் இருந்தார்கள். அருகில் அமர்ந்திருந்த ஒரு பெண்மணி, தன் குழந்தைகளை உற்றுப் பார்ப்பதைக் கண்ட ரவிசங்கர், அதற்குமேல் மெதுவாகப் பேசியபடி அவர்களுடன் நடந்து சென்றுவிட்டார்.

மறுநாள், ஒரு மருத்துவக் கருத்தரங்கிற்கு ரவி சென்றிருந்தார். அந்தக் கருத்தரங்கை நடத்திக்கொடுத்த நிறுவனத்தின் அமைப்பாளர்களை மேடையில் அறிமுகப்படுத்தியபோது, முந்தைய நாள் மாலில் பார்த்த அதே பெண்மணிதான் என்று புரிந்துகொண்டார்.

பேரிடர் காலத்தில் குழந்தைகளின் மனநலம் என்ற தலைப்பில் அவர் சமர்ப்பித்த ஒரு கட்டுரைக்கு நல்ல வரவேற்பு கிடைத்தது. நிகழ்ச்சி முடிந்து கிளம்பும்போது, அந்தப் பெண்மணி ரவியிடம் வந்து நின்றார், “டாக்டர், உங்க கார்டு கிடைக்குமா?”

ரவி ஒரு மெலிதான புன்னகையுடன் நீட்டிய கார்டை வாங்கிக்கொண்டு அங்கிருந்து சென்றுவிட்டார். அத்துடன்

ரவியும் அதை மறந்துவிட்டார். மூன்று நாட்கள் கழித்து, அவரது மருத்துவமனையில் ஆலோசனைக்காக சாயிரா என்ற பெயரில் ஒரு அப்பாயின்மென்ட் பதிவு செய்யப்பட்டிருந்தது. உள்ளே நுழைந்தவரைப் பார்த்தவர் அந்தப் பெண்மணியை அடையாளம் கண்டுகொண்டார்.

"குட் மார்னிங் டாக்டர், ஐ யாம் சாயிரா."

"குட் மார்னிங், சொல்லுங்க சாயிரா, நான் எப்படி உதவி செய்யலாம்?"

"டாக்டர், நான் ஒரு நிகழ்ச்சி அமைப்பாளராக வேலை செய்கிறேன். என் கணவர் நான்கு வருடங்களுக்கு முன்னால் ஒரு விபத்தில் இறந்துவிட்டார்."

"ஓ... ஐ ஆம் சாரி!"

"பரவாயில்லை டாக்டர், இப்போது நான் இங்கே வந்தது, என்னுடைய மகன் அப்துல் மஜித் சம்மந்தமாக கொஞ்சம் ஆலோசனை செய்வதற்கு!"

"உங்கள் மகனைப் பற்றிச் சொல்லுங்கள்!"

"இப்போது அவன் SRN பல்கலைக்கழகத்தில் இன்ஜினியரிங் முதல் வருடம் படிக்கிறான். ஹாஸ்டலில் தங்கி இருக்கிறான். முன்பெல்லாம் நன்றாகப் படிப்பான். ஆனால் இப்போதெல்லாம் அவனுடைய மதிப்பெண்கள் மிகவும் குறைந்துவிட்டன. அவனே அதை நினைத்து வருத்தப்படுகிறான்."

"......"

"போன வார இறுதியில் வீட்டுக்கு வந்திருந்தபோது, அவனிடம் சிகரெட் வாடை வந்தது. அவனுடைய துணிகளைத் தோய்க்கப் போடும்போது அதில் ஆல்கஹால் வாடை வந்தது போல இருந்தது. அவன் தப்பான வழியில் செல்கிறான் என நினைக்கிறேன் டாக்டர்!"

"அவனுடைய நண்பர்கள் யாராவது வீட்டுக்கு வருவார்களா? எப்படிப்பட்டவர்கள்?"

"ரியாஸ் மட்டும் வருவான், அவனும் அங்கேயேதான் படிக்கிறான். நல்ல சுபாவம் உடையவன். ஆனால், இப்போதெல்லாம் வீட்டுக்கு வருவதில்லை."

❏ இதுவும் கடந்து போகும்

"அந்தப் பையன் நம்பர் இருக்கிறதா?"

"வீட்டில் இருக்கும். எதற்கு டாக்டர்..?

"அந்த ரியாஸிடம் பேசிப் பாருங்கள்; உங்களுக்கு ஏதாவது க்ளூ கிடைக்கும். உங்கள் மகனுடைய நடவடிக்கைகளில் ஏதாவது மாற்றம் இருந்தால் ரியாஸ் மூலமாகத் தெரியவரலாம்."

"சரி டாக்டர்! ஆனால் இப்போதெல்லாம் மஜீத்திடம் பேசவே எனக்கு பயமாக இருக்கிறது!"

"பயமா..? என்ன சொல்றீங்க மேடம்?"

"முன்பெல்லாம் சிக்கனமாக இருப்பான். இப்போதோ காசைக் கண்டபடி செலவழிக்கிறான். கல்லூரியில் சேரும் போதுதான் புது ஐஃபோன் வாங்கிக் கொடுத்தேன். மூன்றே மாதங்களில், முன்பு வாங்கியது பழைய மாடல் ஆகிவிட்டது, புது மாடல் ஐ போன் வாங்கவேண்டும் என்று பணம் கேட்கிறான். நான் கொடுக்காததால் முகத்தைத் தூக்கி வைத்துக்கொண்டு கல்லூரிக்குச் சென்றுவிட்டான். டிரஸ், ஷூ இப்படி ஏற்கெனவே ஆயிரக்கணக்கில் கொடுத்துவிட்டேன். நாங்களோ நடுத்தர வர்க்கத்திற்கும் கீழேதான், கல்விக்கடன் வாங்கிக் கல்லூரியில் சேர்த்த மகன் இப்படிக் கெட்டுப்போகிறானே என்று நினைத்தால் இரவில் தூங்கவே முடியவில்லை" என்று கம்மிய குரலில் சொன்னார்.

"உங்க வீடு எங்கே?"

"ஷெனாய் நகர் டாக்டர்!"

ரவி கொஞ்சம் யோசித்துவிட்டுச் சொன்னார், "உங்க மகன் இங்கே வந்து, என்னுடன் பேசவேண்டும், அல்லது அந்த ரியாஸ் மூலம் ஏதாவது தெரிய வேண்டும், இந்த இரண்டில் ஏதாவது ஒன்று நடந்தால்தான் உங்கள் மகனுக்குப் பிரச்னை எதுவும் இருக்கிறதா இல்லையா என்றே சொல்ல முடியும்!"

"......."

"அடுத்தமுறை, உங்க பையனைக் கூட்டிட்டு வாங்க! ஒரு செஷன் பேசிவிட்டுச் சொல்கிறேன்."

"தேங்க்ஸ் டாக்டர்" – அவரைக் கடந்து சாயிரா வெளியே போனதும் ஒரு நிமிடம் யோசித்துக்கொண்டிருந்தார்.

அடுத்த ஒரு மாதம் சாதாரணமாகக் கழிந்தது. ஒரு ஞாயிற்றுக் கிழமை காலையில் தூங்கி எழுந்து அலைபேசியைப் பார்த்த ரவிசங்கரின் கண்களில் ஒரு அதிகக் கவனம் வந்தது. விரைவாகத் தயாராகி, சிற்றுண்டியைச் சாப்பிட்டுவிட்டு, குழந்தைகளிடமும் மனைவியிடமும் விடைபெற்றுக்கொண்டு, தன் மருத்துவமனைக்குள் நுழைந்தார்.

உள்ளே வரவேற்புப் பகுதியில் கலக்கத்துடன் அமர்ந்திருந்த சாயிராவிடம் வந்து நின்றார். இவரைக் கண்ட பொறுப்பு மருத்துவர் வேகமாக வந்து வணக்கம் சொன்னார்.

"பிரிட்டோ, இவங்க பையன் கேஸ் என்ன?"

அதற்கு அந்த பிரிட்டோ, "அதிக ஆல்கஹால், நிதானம் இல்லாமல் கீழே விழுந்து, கையில் ஒரு எலும்பு முறிவு. இன்னும் கொஞ்ச நேரத்தில் கண் விழித்துவிடுவான்" என்று சொன்னார்.

சாயிரா கேட்டார், "அப்படி எனில் இன்றே டிஸ்சார்ஜ் செய்வீர்களா?"

ரவிசங்கரின் முகத்தில் ஒரு மெலிதான புன்னகை, "உங்க மகனுக்கு இப்ப எந்த ஆபத்துமில்லை! ஆனால், ஓரிரு நாட்களுக்குப் பிறகு டிஸ்சார்ஜ் செய்யலாம். அவனிடம் பேச ஒரு வாய்ப்பு வந்திருக்கிறது. நீங்கள் அதற்கு மேலதிகமாக எந்தப் பணமும் செலுத்த வேண்டாம். என்ன சொல்கிறீர்கள்?"

சாயிராவின் கண்களில் ஒரு சிறிய ஒளி தெரிந்தது, "சரிங்க டாக்டர்."

"முதலில் உங்கள் மகனுக்கு எப்படி இந்த மாதிரி ஆனது என்று சொல்லுங்கள்!"

"வார விடுமுறைக்காக வீட்டுக்கு வந்திருந்தான். பொதுவாகவே நாங்கள் இருவரும் அதிகமாகப் பேசிக்கொண்டு இருக்க மாட்டோம். அவன் அவனது ரூமில் இருந்தான், நான் காலையில் வேலைக்குக் கிளம்பிவிட்டேன். மாலையில் நான் வந்தவுடனே அவன் நண்பர்களைப் பார்த்துவிட்டு வருகிறேன் என்று வெளியில் கிளம்பிவிட்டான். 9 மணி வரை இவன் வருவான் என்று காத்திருந்துவிட்டு சாப்பிடாமல் படுத்துவிட்டேன். நள்ளிரவு ஒரு மணி அளவில் வீட்டு வாசலில் ஏதோ ஒரு கார் வந்து நிற்கும் சத்தமும், ஒரே கூச்சலும் கேட்டது. வீட்டு வாசலில் இவனை இறக்கி விட்டுவிட்டு கார்

துரை ஆனந்த் குமார் ❏

வேகமாகப் போய்விட்டது. இவன் வாந்தி எடுத்த நிலையில் அங்கேயே கீழே விழுந்துகிடந்தான். இவனை என்னால் தூக்கவும் முடியவில்லை. அப்படியே உட்கார வைத்தேன். நல்ல வேளையாக உங்களின் கார்டில் மருத்துவமனை எண் இருந்ததால் அவசர எண்ணை அழைத்து, ஆம்புலன்சில் இங்கே வந்து சேர்ந்தோம்" என்று சொன்ன சாயிரா முகத்தில் வருத்தமும் அவமானமும் தெரிந்தது.

"நீங்க வீட்டுக்குச் சென்று, ஓய்வு எடுத்துவிட்டு, மாலை 7 மணி அளவில் வாருங்கள். மாலை 4 மணிக்கு நான் முதலில் மஜீத்துடன் ஒரு செஷன் தனியாகப் பேசிவிடுகிறேன். நீங்க இரவு அவனுடன் தங்கும்படி இருக்கும். நாளைக்கு அல்லது மறுநாள் வீட்டுக்குப் போய்விடலாம்."

"ரொம்ப நன்றி டாக்டர்."

மாலை நான்கு மணிக்கு, மஜித் படுத்திருந்த அறைக்கதவை மெலிதாகத் தட்டிவிட்டு, ஐந்தாறு நொடிகள் கழித்து, ரவிசங்கர் நுழைந்தார். பதினெட்டு வயதில் குழந்தையாகவும் இல்லாமல், முழு இளைஞனாகவும் இல்லாமல் வளர் இளம் பருவத்தில் இருந்த அந்த விடலைச் சிறுவனைப் பார்த்துப் புன்னகைத்தார்.

"ஹலோ மஜித், இப்போது எப்படி இருக்கிறது?"

"இ...இப்போ பரவாயில்லை டாக்டர்!"

"ஆல்கஹால் இரத்தத்தில் இருந்ததாக ரிப்போர்ட்டில் பார்த்தேன். நேத்து எதுவும் பார்ட்டியா?"

"ஆ...ஆமாம் டாக்டர்!"

"நான் இப்போது ஒரு நண்பனைப் போல் வந்திருக்கிறேன். நீ சொல்வதை வைத்து உன்னை நல்லவன் அல்லது கெட்டவன் என்றெல்லாம் மதிப்பிட மாட்டேன். ஏதாவது பிரச்னை இருந்தால் சொல், சரி செய்யலாம்."

"........"

"பாவம், நேத்து உங்கம்மாதான் ரொம்ப பயந்துட்டாங்க!"

அவர் எதிர்பார்த்ததுபோல் மஜீத்திடம் மாற்றம் தெரிந்தது. "என்னால் அவங்களுக்கு ஒரே தொல்லை!"

“அப்படியெல்லாம் இல்லை, உனக்கு என்னவோ பிரச்னை, ஆனால் அது என்னவென்று தெரியாமல்தான் வருத்தப்படுகிறார்.”

“........”

“மஜித், உங்க காலேஜ் எல்லாம் எப்படி இருக்கு?”

“நல்லா இருக்கு!”

“ஹாஸ்டல் வாழ்க்கை?”

“.... ஓகே”

“உனக்கு ஐஃபோன் மிகவும் பிடிக்குமா?”

“எனக்கு எந்த ஃபோனா இருந்தாலும் ஒண்ணும் இல்ல டாக்டர்!”

“அப்படியெனில், ஐஃபோன் புது மாடல்தான் வேண்டுமென்று கேட்டது ஏன்?”

“.......”

“சூப்பராகப் படிப்பாயென்று அம்மா சொன்னார்.”

“ப்ச்.. அது முன்னாடி டாக்டர்! இப்போதெல்லாம் என்னால் நன்றாகப் படிக்க முடியவில்லை!”

“நீதான் இந்தப் படிப்பில் விருப்பப்பட்டுச் சேர்ந்ததாகக் கேள்விப்பட்டேன், அப்புறம் ஏன் மஜீத்?”

“.....”

“சரி பரவாயில்லை, அப்புறம் பேசுவோம்” என ரவிசங்கர் எழுந்தார்.

திடீரென மஜீத் “நான் மட்டும் ஒரு குரூப்பில் எப்படித் தனியா இருக்க முடியும் டாக்டர்? எல்லாரும் என்னைப் பழம்னு சொல்லிடுவாங்க இல்லையா?” என்று பேசினான்.

ஒரு பிடிப்புக் கிடைத்தது என ரவிசங்கர் திரும்பினார். அடுத்த சில நிமிடங்கள் ஆலோசனையில் கழிந்தன. சற்றே உணர்ச்சி வசப்பட்ட நிலையில், மஜீத் இதுவரை பேசாமல் இருந்ததற்கும் சேர்த்துப் பேசிக்கொண்டே இருந்தான். டாக்டர் ஓரிரு கேள்விகள் மட்டும் கேட்டுவிட்டு, அவனையே பேச வைத்தார்.

இரவு 7 மணிக்கு சாயிரா வந்த பத்து நிமிடங்களில் ரவிசங்கரும் மஜீத்தின் அறைக்கு வந்தார்.

"வணக்கம் டாக்டர்!"

"வணக்கம் மேடம்! நானும் மஜீத்தும் நல்லாப் பேசிட்டு இருந்தோம். உங்க ரெண்டு பேரு கிட்டயும் எந்த ரகசியமும் இல்லாமல், ஒரே நேரத்தில் பேசவேண்டும் என்றுதான் இப்போது வந்தேன்."

"சொல்லுங்க டாக்டர்!"

"நான் பேசியதிலிருந்து புரிந்துகொண்டது, மஜீத் ஹாஸ்டலில் சேர்ந்த பிறகுதான் அவனது மனதில் மாற்றங்கள் ஏற்பட்டுள்ளன. நான்கு பேர் இருக்கும் ஹாஸ்டல் அறையில் அவனுடன் தங்கிய மீதி மூன்று பேருடைய குணங்களும் மஜீத்தின் குணமும் நேர் எதிர் அலைவரிசையில் இருந்தன. போதாக்குறைக்கு, இவர்கள் நால்வரும் ஒரே துறை, ஒரே வகுப்பு வேறு; அதனால் எப்போதும் அவர்களுடன் சேர்ந்தே இருக்கவேண்டிய சூழ்நிலை; அவர்களில் ஒருவனாக மாறவேண்டிய அவசியம் மஜீத்துக்கு ஏற்பட்டு விட்டது. அந்த மூவருக்கும் படிப்பிலோ, விளையாட்டிலோ எந்த ஒரு ஆர்வமும் இல்லை. வெட்டி அரட்டை, பார்ட்டி, தகாத பழக்கவழக்கங்கள் மற்றும் ஊர் சுற்றுதல் இவற்றை மட்டுமே செய்து வந்தனர்."

"அப்படியா மஜீத்! நீ சொல்லவே இல்லையே?"

"நீ கேட்கவே இல்லை!"

ஒரு கனத்த மௌனத்தை ரவிசங்கரே கலைத்தார், மஜீத்துக்கு மனதிற்குள் நன்றாகப் படிக்கவேண்டும் என்ற எண்ணம், படிக்கவே முடியாத சூழ்நிலையோ நடைமுறையில்; அதே போல் அந்த மூவரின் குணமும் பழக்க வழக்கமும் இவனுக்கு செட் ஆகவில்லை; ஆனால் அதை வெளியே சொன்னால், நீ ஒரு பழம், அதனால்தான் கல்லூரி வந்தும் பள்ளிக்கூடத்தில் படித்தது போலவே விழுந்து விழுந்து படிக்கிறாய் என்று முத்திரை குத்திவிடுவார்களோ என்ற பயத்தாலும் சக அழுத்தத்தாலும் (Peer pressure) தன் மனசாட்சிக்கு விரோதமாக அவர்கள் செய்வதை எல்லாம் தானும் செய்யும் சூழலுக்கு மஜீத் தள்ளப்பட்டான். கூடவே

❏ இதுவும் கடந்து போகும்

இயலாமை, குற்ற உணர்ச்சி எல்லாமும் சேரவே, அவனுடைய தன்னம்பிக்கை அதல பாதாளத்துக்குப் போய் விட்டது."

அதிர்ச்சி அடைந்த சாயிரா,"ஹாஸ்டல் போனால் கவனம் சிதறாமல் படிப்பான் என்று நம்பிதான் அங்கே சேர்த்தேன். கடைசியில் ஹாஸ்டல்தான் எல்லாப் பிரச்சினைகளுக்கும் காரணமாக இருந்திருக்கிறது. இனிமேல் அவன் தினமும் வீட்டுக்கே வந்து போகட்டும் டாக்டர்!" என்றார்.

"மேடம், நீங்க சொன்னதில் பாதி சரி, பாதி தவறு!"

".......”

"உங்க வீடும் காலேஜும் தினமும் சென்று வரும் தூரம் என்பதால் ஹாஸ்டல் வேண்டாம் என்று முடிவெடுத்தால் அது சரி! ஆனால் ஹாஸ்டல்தான் எல்லாப் பிரச்சினைகளுக்கும் காரணமாக இருந்திருக்கிறது என்று எண்ணுவது தவறு!"

"அப்படியென்றால், காரணம் என்ன டாக்டர்?"

"அம்மா, மகன் நீங்கள் இருவரும்தான் காரணம். மஜீத், உனக்கு என்ன குறை? நன்கு படிக்கக்கூடிய அறிவு இருக்கிறது. விருப்பமும் இருக்கிறது. அப்படி இருக்கும்போது உன்னைப்பற்றி யார் என்ன நினைத்தால் உனக்கு என்ன வந்தது? மற்றவர்கள் நம்மைத் தப்பாக நினைத்துவிடக் கூடாது, எதுவும் தப்பாகச் சொல்லிவிடக் கூடாது என்ற மிதமிஞ்சிய எச்சரிக்கை உணர்ச்சியால், நீ, நீயாகவே இருக்க முடியாமல் போனது."

"............"

"உன் அறையில் படிக்க முடியவில்லையா? பக்கத்து அறையில் போய்ப் படி! ஒத்த சிந்தனை உடைய நண்பர்களுடன் சேர்ந்து படி. தேவைப்பட்டால், வார்டனிடம் சொல்லி, முறைப்படி வேறு அறைக்கு மாற்றிக்கொள். அந்த ஹாஸ்டலிலேயே தங்கிக்கொண்டு நன்கு படிக்கும் மாணவ மாணவிகள் இல்லையா? நீ மனது வைத்தால் பல வழிகள் தோன்றும், அதில் எது உனக்கு வசதியாக உள்ளதோ அதன்படி செய்யலாம்."

மஜீத்தின் முகம் தெளிவடைந்தது.

"கூட்டத்தோடு கூட்டமாக இல்லாமல், நாம் மட்டும் எப்படித் தனியாக இருப்பது, படிப்பது என்று யோசிக்க வேண்டாம். உன் எண்ணமும் செயலும் சரியானதாக இருந்தால்,

ஒத்துவராத கூட்டத்தில் ஒருவனாகத்தான் இருக்கவேண்டும் என்று எந்தக் கட்டாயமும் இல்லை. தேவைப்பட்டால் தன்னந் தனி ஒருவனாகவும் இருப்பதற்குத் தயாராக இருக்கவேண்டும், அதற்கான திறமையையும் தன்னம்பிக்கையையும் நீ வளர்த்துக்கொள்ள வேண்டும். சரியா?"

"தேங்க்ஸ் டாக்டர்!"

"மேடம், நீங்களும் மகனிடம் மனம் விட்டுப் பேசுங்கள்! மனம் விட்டுப் பேசும் பழக்கம் இருந்திருந்தால், ஹாஸ்டலில் சேர்ந்த முதல் நாளே உங்களுக்கு மஜீத் மூலம் நிலமை தெரிய வந்திருக்கும். பிரச்னையை முளையிலேயே கிள்ளியிருக்கலாம். பணச்செலவு, மனக்கவலை எல்லாமே மிச்சமாகி இருக்கும்."

"உண்மைதான், தேங்க்ஸ் டாக்டர்!"

"நாளைக்குக் காலையில் டிஸ்சார்ஜ் செய்யலாம். நான் சொல்லிவிடுகிறேன்" என்றவாறே கிளம்பினார்.

அப்போது சாயிராவின் குரல் கேட்டது. "சாரி டாக்டர்!"

ரவிசங்கர் ஆச்சரியமாகக் கேட்டார், "எதற்கு சாரி?"

"போன மாதம், மாலில் சாப்பிடும் இடத்தில் உங்களையும் உங்களுடைய குழந்தைகளையும் அப்படி முறைத்துப் பார்த்ததற்கு"

"ஓ!!! ஆமாம் நானும் அதைக் கவனித்தேன்."

"இப்படிக்கூட அப்பாவும் வளர்ந்த குழந்தைகளும் ஜாலியாக அரட்டை அடிக்க முடியுமா என்று எனக்கு அதிசயமாக இருந்தது, அதனால்தான் அப்படிப் பார்த்தேன் டாக்டர்!"

"இதில் அதிசயம் எதுவும் இல்லை; வளர்ந்த குழந்தைகளிடம் பேசுவது ஒரு சவால்தான்; ஆனால், வளரவளரப் பேசிக் கொண்டே இருந்தால் குழந்தைகளுடன் பெற்றோர் கலந்து பேசி மகிழ்வது சுலபம், புரிகிறதா மேடம்? வாழ்த்துகள்!" என்று வழக்கம்போலப் புன்னகையுடன் கிளம்பிவிட்டார் ரவிசங்கர்.

9

வயது 19 தீக்குள் விரலை வைத்தால்

SRN காலேஜ் காம்பௌண்டுக்கு வெளியே 19 வயது ராபர்ட்டும் அவனுடைய சில நண்பர்களும் அமர்ந்திருந்தனர். ஒருவன் கையில் சிகரெட் புகைந்துகொண்டிருந்தது. அவர்களின் அருகில் அந்த யமஹா பைக் வந்து நின்றது. அதிலிருந்து சமவயதில் ஒருவன் இறங்கி இவர்களிடம் வந்தான்.

"ஜோ! யாரு இது?"

"இது மெக்கானிக் மதி!"

மதி பேச ஆரம்பித்தான், "பெரிய மெக்கானிக் சொல்லி அனுப்பினாரு, இந்த வண்டிதான் நாங்க சொன்னது. நல்ல கண்டிஷன்ல இருக்குது. 2017 மாடல். சிங்கிள் ஓனர். 25 ஆயிரம். வாங்கினப்புறம் இன்சூரன்ஸ், வாகனப் பதிவு இதெல்லாம் நீங்க செஞ்சிக்கணும்."

"மதி, நாமெல்லாம் ஒரே வயசு. உன்கிட்ட சொல்றதுக்கு என்ன? வண்டி வாங்குறது இதோ இந்த ராபர்ட்தான். ஒரு த்ரில்லுக்காக வாங்குறான்."

அதற்குள் சிகரெட்டைப் பிடித்துக்கொண்டு இருந்த நண்பன், அதைத் தூக்கிப் போட்டுவிட்டுப் பேச ஆரம்பித்தான், "இன்று ஒருநாள் வண்டி எங்களிடம் இருக்கட்டும்... ஓட்டிப் பார்த்து, வண்டி நல்ல நிலையில் இருந்தால் நாளைக்கே பணம் தருகிறோம்!" என்றான்.

துரை ஆனந்த் குமார்

அதற்குச் சம்மதித்த மெக்கானிக் மதி, வண்டிச் சாவியை இவர்களிடம் கொடுத்துவிட்டுச் சென்றுவிட்டான். நண்பர்கள் ஆளுக்கு ஒருரவுண்ட் அடித்தனர். ராபர்ட்டின் முறை வந்தபோது வண்டியை எடுத்துக்கொண்டு கிளம்பினான். 100 கிலோமிட்டர் வேகத்தில் ஓட்டினாலும் ஒன்றுமே தெரியவில்லை. மெயின் ரோட்டில் முன்னால் போய்க்கொண்டிருந்த ஒரு கனரக டிரக்கின் பின்னால் வேகமாகச் சென்றபோது, அந்த டிரக் திடீரென்று வேகம் குறையவும், ராபர்ட்டினால் வண்டியைக் கட்டுப்படுத்த முடியாமல் டிரக் அருகில் போய், நிலைதடுமாறி சறுக்கிய வண்டி, அந்த ட்ரக்கின் அடியில் விழுந்தது. தடார் என்ற சத்தத்தைக் கேட்டும், டிரக் நிற்காமல் சென்றுவிட்டது.

சுற்றி இருந்த மக்கள் ஓடி வந்து பார்த்தபோது, கால் பகுதியில் காயத்துடன் ராபர்ட் சாலையில் கிடந்தான். அவனுக்கு அருகில் அந்த பைக் ஒரு அப்பளம்போல மொத்தமாக நசுங்கிக் கிடந்தது.

மூன்று மாதங்களுக்குப் பிறகு...

பத்தாவது படிக்கும் சோஃபியா விக்டரிடம் வந்தாள், "அண்ணனுக்கு பிறந்தநாள் இன்னும் ரெண்டு நாளில் வருது... என்னப்பா பரிசு வாங்கலாம்?"

அப்பா என்று அழைக்கப்பட்ட விக்டர், ஒரு பெரிய தொழிலதிபர். ஸ்டெர்லிங் லிமிடெட் நிறுவனங்களின் நிர்வாக இயக்குனர். பிள்ளைகளிடம் பாசம் காட்டும் அதேநேரம் அவர்களின் படிப்பு, பாதுகாப்பு, ஒழுக்கத்தில் கண்டிப்பானவர். சற்றே கௌரவம் பார்ப்பவர்.

"ரேடோ வாட்ச்...?"

"அது ஏற்கெனவே இருக்குப்பா!"

இன்னும் இரண்டு மூன்று பரிசுப்பொருள்களின் பெயர்களைச் சொல்லிப்பார்த்தார். அதுவும் ஏற்கெனவே அவனிடம் இருப்பதாக சோஃபியா சொல்லவே, "சரிடா, அவனிடமே கேட்போம்" என அவனுடைய மொபைலுக்கு அழைத்தார். தொடர்பு எல்லைக்கு அப்பால் இருப்பதாகப் பதிவு செய்யப்பட்ட குரல் கேட்டது. ஹாஸ்டலுக்கு போன் செய்வோம் என்று முயற்சித்தார். போனை யாரோ எடுத்தனர்.

❏ இதுவும் கடந்து போகும்

"ராபர்ட், EEE இரண்டாவது வருடம்..." என்றார். ஒரு நிமிடம் கழித்து, கனமான குரல் ஒன்று, "ராபர்ட் மூன்று மாதமாக ஹாஸ்டலில் இல்லையே!" என்றது.

"அப்படியா?" – வியப்பும் அதிர்ச்சியும் அடைந்தவராகக் கேட்டார், "ரூம் 1104ல், ஜெரோமைக் கொஞ்சம் கூப்பிட முடியுமா?"

அடுத்த இரண்டு நிமிடம், இரண்டு யுகங்களாகத் தோன்றியது; முடிவில் குரல் ஒன்று கேட்டது, "ஹலோ, நான் ஜெரோம் பேசுறேன்."

"ஜெரோம்! நான் ராபர்ட்டின் அப்பா, விக்டர் அங்கிள் பேசுகிறேன். ராபர்ட் எங்கே?"

"..........."

"ஜெரோம்?"

சிறிது தயக்கத்தை அவர் உணர்ந்தார்.

"அங்கிள், ராபர்ட் இங்கு இல்லை!"

"வெளியே எங்கயும் போயிருக்கானா..? எப்ப வருவான்?"

"அங்...அங்கிள், அவன் ஹாஸ்டலைக் காலி பண்ணிட்டு வெளில தங்கி இருக்கான்..."

விக்டரால் நம்பவே முடியவில்லை. சொல்லவே இல்லையே! இருந்தாலும் குரலைச் சாதாரணமாக வைத்துக்கொண்டார்.

"பரவாயில்லை ஜெரோம், அவனுக்கு ஹாஸ்டலைவிட அங்கேதான் வசதியாக இருக்கும் என்று நினைக்கிறேன்!"

அவர் எதிர்பார்த்ததுபோல், ஜெரோம் வாயிலிருந்து தகவல் கிடைத்தது.

"ஐயோ அங்கிள், ஹாஸ்டல்தான் சூப்பரா இருக்கும், அவன் ஒரு சின்ன ரூமில்தான் தங்கி இருக்கான்."

"இந்த தலைமுறைப் பிள்ளைகளைப் புரிஞ்சிக்கவே முடியலப்பா. சரி சரி, முகவரி கொஞ்சம் தருகிறாயா?"

"அந்த இடத்துக்கு முகவரியே கிடையாது அங்கிள்! உக்கடம் மூங்கில் குப்பம், ஐயனார் மெக்கானிக் ஷெட் என்று சொன்னால்தான் தெரியும்."

❏ இதுவும் கடந்து போகும்

"மெக்கானிக் ஷெட் அருகில் எங்கப்பா?"-அவரது கோபம் அதிகமாக ஆரம்பித்தது. என்ன பையன் இவன், மெக்கானிக் ஷெட் அருகில் எப்படித் தங்க முடியும் என்று எரிச்சலடைந்தார்.

"அவன் ஷெட்டுக்குள்ளேயே ஒரு ரூமில்தான் அந்த மெக்கானிக் மதி கூட தங்கி இருக்கான்."

"ரொம்ப நன்றிப்பா. நான் போன் செஞ்சது ராபர்ட்டுக்குத் தெரிய வேணாம்!" எப்படி அவ்வளவு மென்மையாகப் பேசி முடித்தாரோ, அதற்கு நேர் எதிராக, போனை வைத்ததும் கத்தினார். "நான்சி, நான்சி!"

ராபர்ட்டின் அம்மா வேகமாக வந்தார், "என்னங்க? ராபர்ட்டுக்கு என்ன கிஃப்ட் வேணுமாம்?"

"ஆங்! நம்ம கௌரவத்தை நாசம் செய்யணும். உன் புள்ளைக்கு அதான் வேணுமாம்!"

"என்ன சொல்றீங்க?"

"நம் நிறுவனத்தில் 4300 பேரு மாதா மாதம் கைகட்டி சம்பளம் வாங்கறாங்க. இவன் என்னடான்னா நம்ம கிட்ட சொல்லாம, திருட்டுத்தனமா ஹாஸ்டலைக் காலி பண்ணிட்டு, வெளிய ஏதோ ஒரு குப்பத்துல ஒரு மெக்கானிக் ஷெட்டுல, அந்த மெக்கானிக் பேரு கூட மதியோ விதியோ, அவங்கூட சேர்ந்து மூணு மாசமா தங்கி இருக்கானாம்!"

"......."

"என்கிட்டே சொல்லலையே, உன்கிட்டயாவது சொன்னானா?"

இல்லை என்று தலையாட்டினார், "ஏன் இப்படி செஞ்சான்னு தெரியலையே!"

"எனக்குத் தெரிந்துவிட்டது. அந்த ஹாஸ்டலில் எல்லாமே முறையாக, ஒழுக்கமாக இருக்கும். அப்புறம் இவனால் நினைத்த மாதிரி ஜாலியாக இருக்க முடியுமா? ஹாஸ்டல் ஃபீஸ் பணத்தை இவனை நம்பி, இவன் கையில்தான் கொடுக்கறோம், அந்தக் காசை வைத்துக்கொண்டு அந்த மெக்கானிக் பையனுடன் சேர்ந்து ஜாலியாக இருக்கிறான்."

"என்னால் நம்ப முடியலீங்க. நம்ப ராபர்ட் அப்படி யெல்லாமா செய்வான்?"

துரை ஆனந்த் குமார்

மனைவி பக்கம் திரும்பினார், "அவன் ஹாஸ்டலைக் காலி செய்ததைச் சொன்னானா? அது போலத்தான் இதுவும். இன்று சனிக்கிழமை, உடனே கிளம்பி இரவில் அந்தக் குப்பத்துக்குச் செல்லப் போகிறேன். இன்றிரவு பார்ட்டி கொண்டாடிக்கொண்டு இருப்பான் என நினைக்கிறேன். என்னை எப்படி எதிர்கொள்கிறான் என்று நானும் பார்க்கிறேன்!" என்றவர், அடுத்த பத்து நிமிடங்களில் கோவை செல்ல விமான நிலையத்திற்கு விரைந்தார்.

இரவு எட்டு மணி அளவில், மூங்கில் குப்பத்தில், அந்த அய்யனார் மெக்கானிக் ஷெட்டைக் கண்டுபிடித்து, தான் வந்த வாடகைக் காரை அனுப்பிவிட்டு மெதுவாக நடந்தார். ஷெட்டுக்கே உரிய பெட்ரோல் வாசமும் பெயின்ட் வாசமும் அடித்தது. ஒரு காரும், ஐந்தாறு பைக்குகளும் ரிப்பேர் செய்வதற்காக நின்றிருந்தன. இங்கே யாருமே இல்லையே என்று நினைத்தவரின் கண்களில் அந்தச் சிறிய உளுத்துப் போயிருந்த கதவும் உள்ளே ஒரு விளக்கு எரிவதும் தெரிந்தது.

"டக் டக்!" – அழுத்தமாகத் தட்டினார்.

"வரேன் மதி, சீக்கிரமாகவே வந்துவிட்டாயே!" – கதவு திறந்தது... எதிரே நின்ற தன் மகனைப் பார்த்த நொடியில், காலையில் இருந்து சேமித்து வைத்த அத்தனை கோபமும் காணாமல் போனது.

"அப்பா! வாங்க, வாங்க!" – அவன் குரலில் ஆச்சரியம் இருந்ததே தவிர, மாட்டிக்கொண்டவன் குரல்போல எதுவும் இல்லையே என்று நினைத்துக்கொண்டே அந்த ரூமின் உள்ளே நுழைந்தார்.

"அப்பா ப்ளீஸ், ஷூவைக் கழட்டிட்டு வாங்க!" என்றான்.

உள்ளே எட்டிப் பார்த்தவரின் கண்ணில் முதலில் பட்டது ஒரு மிகச்சிறிய ரூம். முதலில் அதை ரூம் என்று சொல்லவே அவர் மனம் ஒப்பவில்லை. அவருடைய வீட்டு சமையல் பணியாளரின் அறைகூட இது போல நான்கு மடங்கு இருக்குமே!

அந்த ரூமில் ஒரு சிறிய பாய் மட்டுமே இருந்தது. நாற்காலி எதுவுமே இல்லை. மூலையில் ஒரு சிறிய டீப்பாய், அதன் மேல் ஒரு தீபம் எரிந்துகொண்டிருந்தது. தீபத்திற்கு இந்தப் பக்கம் இந்துக்கள் வழிபடும் வெங்கடாஜலபதி படத்தைப் பார்த்தவரின் முகம் அதிர்ச்சியைப் பிரதிபலித்தது.

அவரது எண்ணத்தைப் புரிந்துகொண்டவனாக அப்பாவிடம் சொன்னான், "தீபத்துக்கு அந்தப் பக்கத்தைப் பாருங்க அப்பா!" – பார்த்தால்... இயேசு கிறிஸ்து தெய்வீகமாகச் சிரித்துக்கொண்டிருந்தார். கீழே, "நானே வழியும் சத்தியமும் ஜீவனுமாய் இருக்கிறேன்!" என்ற வரியைப் படித்தவர் முகத்தில் ஒரு சிறிய நிம்மதி.

"இரண்டு தெய்வம், ஒரே தீபம், ரெண்டு பேரும் ஷேர் பண்ணிக்கறாங்க!" என்ற மகனின் சிரிப்பில் அவர் கலந்து கொள்ளவில்லை. இதற்கு முன் எங்காவது இந்துக்கோயில் பாடல்களோ பஜனைகளோ கேட்டால், உடனே பாய்ந்து அவன் காதுகளை மூடிவிடுவார். இப்போதோ அவன் தீபம் ஏற்றிக்கொண்டு இருக்கிறான்.

"ராபர்ட், உன்னை படிப்பதற்காக கோவை அனுப்பினால், ஹாஸ்டலில் இருக்க வேண்டிய நீ, இங்கே என்ன செய்து கொண்டிருக்கிறாய்?" – அவரது முகம் ஆத்திரத்தில் சிவந்தது.

"நானே சொல்லவேண்டும் என்று நினைத்திருந்தேன், இப்போது நீங்களே வந்துவிட்டீர்கள் அப்பா..."

"....."

"மூன்று மாதங்களுக்கு முன்பு, யோசிக்காமல் நான் செய்த தவறு ஒன்றுதான் இவ்வளவுக்கும் காரணம். அதை நான் உணர்ந்துவிட்டேன்; இனிமேல் நிச்சயம் அதுபோல் செய்யமாட்டேன்."

"......."

கல்லூரியில் மற்றவர் முன்பு பைக் ஓட்டிக்காட்டவேண்டும் என்ற த்ரில்லுக்காக, ஒரு பழைய பைக்கை இருபத்தி ஐந்தாயிரம் ரூபாய்க்கு வாங்குவதாக இருந்தேன். என்னிடம் இருந்த பத்தாயிரத்தை முன்பணமாகக் கொடுத்தேன். அடுத்த மூன்று மாதங்களுக்கு ஒவ்வொரு மாதமும் ஐந்தாயிரம் கொடுப்பதாகச் சொல்லி இருந்தேன்.

"ஐந்தாயிரம்?"

"என்னோட செலவுக்கு மாதம் நீங்க பதினைந்தாயிரம் அனுப்பறீங்க. அதில் ஹாஸ்டல் கட்டணம் மாதம் ஒம்பது ஆயிரம் போக மீதியில் ஐந்தாயிரம் கொடுப்பதாகச் சொல்லி இருந்தேன். ஆனால், அந்த வண்டியைப் பதிவு செய்யுமுன்

துரை ஆனந்த் குமார்

ஓட்டிப் பார்க்கும்போது ஒரு விபத்தில் மாட்டிக்கொண்டேன் அப்பா!"

"விபத்தா?" – விக்டரின் பார்வை அவசரமாக ராபர்ட்டின் தலை முதல் கால் வரை ஆராய்ந்தது.

"எனக்குக் காலில் ஒரு சிறிய எலும்பு முறிவு! ஆனால் பைக், மொபைல் இரண்டும் மொத்தமாக நசுங்கிப் போய்விட்டன. என்னோட மருத்துவ செலவு, பைக் ஓனருக்குக் கொடுக்க வேண்டிய 25000, புது மொபைல் இது எல்லாமும் சேர்ந்து மொத்தம் 52 ஆயிரம் ஆகிவிட்டது. வண்டிக்கு இன்சூரன்ஸும் இல்லை, லைசன்ஸ் இல்லாததால் போலீஸ் கேசும் குடுக்க முடியவில்லை!"

"கேவலம், இந்த காசுக்கா..." என்று ஆரம்பித்தவரிடம் சொன்னான், "இல்லேப்பா, இது உங்களுக்குதான் பிச்சைக்காசு. எனக்கு இப்போது ஐம்பது ரூபாய்கூடப் பெரிதுதான், முழுவதும் கேட்டபின் என்ன வேண்டுமானாலும் சொல்லுங்கள்..!"

"சரி சொல்லு!"

"மொத்த செலவு 52 ஆயிரத்தில நான் கொடுத்த பத்தாயிரம் முன்பணம் போக 42 ஆயிரம் தேவையாக இருந்தது. அப்போதுதான் சின்ன மெக்கானிக் மதி என்னை மருத்துவமனையில் வந்து பார்த்தான். பெரிய மெக்கானிக்கிடம் சொல்லி, அவரிடம் இருந்து மொத்தமாகப் பணத்தை வாங்கி, எல்லாருக்கும் செட்டில் பண்ணிவிட்டு, நான் மாதா மாதம் பதினாலாயிரம் மூணு மாதத்திற்குக் கொடுக்க வேண்டும்" என்று சொன்னான். எனக்கும் அது நல்ல ஏற்பாடு என்றே தோன்றியது.

"........."

"என்னோட நண்பர்கள், நான் யாரை ரொம்ப நெருக்கம் என நினைத்திருந்தேனோ, அவர்கள் மருத்துவமனையில் என்னை வந்து பார்த்தார்கள். ஆனால், நான் வாய் விட்டுக் கேட்டும்கூட ஒருவனும் எனக்குக் கடனாகக்கூட பணம் தரவில்லை. எனக்குப் பணத்தேவை இருக்கிறது என்று தெரிந்த பின்னர் ஒருவரும் எட்டிக்கூடப் பார்க்கவில்லை."

"எதற்கு இவ்வளவு துன்பம்? ஒரு போன் பண்ணி இருந்தால், எல்லா விஷயத்தையும் ஒரு நிமிடத்தில் முடித்திருப்பேனே!"

"அது சரிதான்; ஆனால், இன்னும் லைசென்ஸ் வாங்காமல் எதற்கு உனக்கு பைக் ஓட்ட ஆசை?" என்றும் கேட்டிருப்பீர்கள். அதனால்தான் இதை எப்படியாவது நானே சரி செய்ய முயன்றேன். ஹாஸ்டலைக் காலி செய்துவிட்டு, எனக்கு நீங்கள் அனுப்பும் பணத்தில் மாதா மாதம் பதினாலாயிரம் கொடுத்துவிடுவதாக மதியிடம் சொன்னேன்.

"அப்புறம் மீதி வெறும் ஆயிரத்தில் எப்படி வெளியில் தங்கி சாப்பிட முடியும்?"

"இதையேதான் அப்பா மதியும் கேட்டான். என்னிடம் தகுந்த பதில் எதுவும் இல்லை, எனக்கு உதவிக்கும் யாரும் இல்லை என்று புரிந்துகொண்டான். அவன்தான் என்னை இங்கே அவனுடைய அறையில் தங்க வைத்தான். அவனே வாழ்க்கையில் போராடிக்கொண்டு இருக்கிறான். என்னைவிட இரண்டு வயது சிறியவன். இப்போது பள்ளிப்படிப்பை முடிக்கப்போகிறான். தன்னுடைய மற்றும் தன் தங்கையின் படிப்பு செலவிற்காகவே பள்ளிக்கு சென்று வந்த பிறகு இங்கு மெக்கானிக்காக வேலை பார்க்கிறான்..!"

"......."

"ஆயிரம் ரூபாயில் சிக்கனமாக ஒவ்வொரு மாதமாக ஓட்டி வந்தேன். இன்றுடன் மூன்று மாதங்கள் முடிந்தது. நாளைக்கு ஹாஸ்டல் திரும்பிச் சென்றுவிட்டு, அதன் பின்னர் உங்களிடம் சொல்வதாக இருந்தேன். மற்றபடி, உங்களிடம் பொய் சொல்ல வேண்டும் என்று நான் நினைக்கவே இல்லை" என்றான்.

விக்டர் இதை எதிர்பார்க்கவே இல்லை. அவர் ஒரு ராஜா போல் வாழும் நேரத்தில் அவரது மகன் இங்கே எவ்வளவு சிரமப்பட்டிருக்கிறான்!

"அந்த மதி இப்போது எங்கே?" என்றார் விக்டர்; அவர் குரலில் முன்பு இருந்த வெறுப்பு இல்லை.

"அவன் குடும்பத்துடன் சாமி கும்பிடத் திருப்பதி சென்றிருக்கிறான், ஏதாவது திருப்பம் வராதா என்றும் பார்க்க."

"சரி, நாளைக்கு நான் உன்னை ஹாஸ்டலில் விட்டுவிட்டுக் கிளம்புகிறேன். அந்தப் பையன் உனக்கு செய்த உதவிக்கு..." என யோசித்தபடி, தன் கோட் பாக்கெட்டிலிருந்து செக் புத்தகத்தை எடுத்தார்.

துரை ஆனந்த் குமார்

“இருங்கப்பா, அவன் ஒரு பைசாகூட வாங்கமாட்டான். நான் யாரு, எந்த மதம், நான் பணக்காரனா இல்லையா இப்படி எந்தக் கேள்வியும் கேட்காமல் உதவி செய்தவனைக் காசு கொடுத்து அசிங்கப்படுத்த வேணாம்ப்பா!”

விக்டருக்கு வியப்பாக இருந்தது.

“ஆனாலும், நம்மால் அவனுக்கு ஒரு நல்ல உதவி செய்ய முடியும்! நம் கம்பெனிக்குச் சொந்தமான திருச்சபை ட்ரஸ்ட் மூலம் ஒவ்வொரு வருடமும் ஏழை மாணவ மாணவிகளின் படிப்புக்கு ஸ்பான்சர் செய்வோம் இல்லையா, அதை இவர்கள் இரண்டு பேருக்கும் செய்தால் அதுவே அவர்களுக்கு ரொம்பப் பெரிய உதவிப்பா, செய்யலாமா?” என்று கேட்டான்.

“எல்லாவற்றையும் நீயே யோசித்துவிட்டு என்னை ஒப்புக்குக் கேட்கிறாயா?” என்று புன்னகைத்தார் விக்டர். தன் மகன் வழி தவறிச் சென்றுவிடவில்லை என்ற நிம்மதியை உணர்ந்தார்.

தன் வாட்சைப் பார்த்துவிட்டு, “சரி ராபர்ட், வா நாமிருவரும் லீ மெரிடியனில் இன்றிரவு தங்குவோம். நாளை உன்னை ஹாஸ்டலில் விட்டுவிட்டு நான் சென்னைக்குத் திரும்புகிறேன்!” என்றார்.

“வேணாம்ப்பா, நீங்க கிளம்புங்க, மதி வந்த பிறகு நான் முறைப்படி இங்கிருந்து காலி செய்து ஹாஸ்டலுக்குச் சென்றுகொள்கிறேன்” என்றான்.

“பர்த்டே கிஃப்ட் என்ன வேண்டுமோ சொல், அதையாவது வாங்கித் தருகிறேன்!”

“உண்மையிலேயே நீங்கள் அப்படி நினைத்தால் என்னுடன் இன்றிரவு இங்கேயே தங்குங்கள் அப்பா, ப்ளீஸ்!” என்றான் அவரது அருமை மகன்.

“இங்கேயா..? இந்த ரூம் உனக்கே பத்தாதே ராபர்ட்!”

“இங்கே இல்லப்பா! மொட்டை மாடியில் சில்லென்று இருக்கும், கொசுகூட இல்லை; உங்களுக்குப் பாய், தலைகாணி, போர்வை இருக்கு, எனக்கு மதி குடுத்த லுங்கி இருக்கு, அதைப் போர்வையாகப் போர்த்திக்கொள்வேன்.”

“ம்ம்ம்...சரி! சாப்பாடாவது வெளியில் போய் சாப்பிட்டுவிட்டு வரலாமா?”

"அதுவும் வேணாம், நீங்க இருங்க, நான் தெரு மூலையில் ஒரு கடை இருக்கிறது. சைவம் மட்டும்தான், ஆனால் சுத்தமாக இருக்கும், நான் வாங்கி வருகிறேன்" என வேகமாகச் சென்று வாங்கி வந்தான்.

அன்று இரவு, மொட்டை மாடியில் வினோதமாக கோட் சூட்டுடன் அமர்ந்தார். இருவரும் உணவருந்தினர். சாதாரண இட்லியும் கெட்டிச் சட்டினியும்தான். ஆனால் சூடாகவும் சுத்தமாகவும் சுவையாகவும் இருந்ததால், வழக்கமாக மூன்று சாப்பிடும் விக்டர் இப்போது ஒரு இட்லி அதிகமாகவே விரும்பி உண்டார்.

அந்த மொட்டை மாடி, நிலா, நட்சத்திரங்கள், ஜிலுஜிலு காற்று இதெல்லாம் அவருக்கு ரொம்ப மகிழ்ச்சியாக இருந்தது. "ஹோட்டல் போயிருந்தால் கூட நாம இப்படி நன்றாக உண்டிருக்கவும் முடியாது. உன்னிடம் மனம்விட்டுப் பேசவும் முடியாது!" என்று சொன்னதைக் கேட்ட மகனின் முகம் மலர்ந்தது.

பாய் போட்டுப் படுத்தவுடன், "எனக்கு உன் மீது முதலில் கோபமாக இருந்தது ராபர்ட். நீ ஒரு த்ரில்லுக்காக எடுத்த ரிஸ்க், உனக்கு இவ்வளவு பிரச்சினைகளை கொடுத்துவிட்டதே என்று. இப்போது என்ன தோன்றுகிறது என்றால், பிரச்சினைகள் வந்தால் நீயாகவே சமாளிப்பதற்குக் கற்றுக்கொண்டிருக்கிறாய். ஆபத்து வந்தபோது யார் உதவுவார்கள், யார் ஓடி விடுவார்கள் என்றும் தெரிந்துகொண்டிருக்கிறாய். உனக்கு இது ஒரு நல்ல அனுபவமே! இருந்தாலும் இனிமேல் தேவையில்லாமல் ரிஸ்க் எடுக்காதேப்பா!" என்றபோது அவர் குரல் பழையபடி பாசத்துடன் ஒலித்தது.

"சரிப்பா!" என்று ராபர்ட் தலையாட்டியபோது அவரது மொபைல் அடித்தது.

"நான்சி, நான் கோவையில் நம் ராபர்ட்டுடன்தான் இருக்கிறேன்!"

"அங்கே எதுவும் பிரச்னையா?"

"ஒரு பிரச்னையும் இல்லை, நன்றாகச் சாப்பிட்டுவிட்டோம், இங்கு ராபர்ட்டின் ஒரு நல்ல நண்பன் திருப்பதியிலிருந்து வருவதற்காகக் காத்துக்கொண்டிருக்கிறேன்."

துரை ஆனந்த் குமார் ❑

"அப்படி என்றால் சரி, எப்போது வருவீர்கள்?"

"பார்த்துவிட்டு நாளை இரவுதான் சென்னை வருவேன் என்று நினைக்கிறேன், நீ பிள்ளையிடம் பேசு!" என்று மொபைலை மகனிடம் நீட்டினார்.

அம்மாவிடம் பேசி முடித்தபின், "மதியை இப்போதாவது புரிந்துகொண்டீர்களே, நன்றிப்பா!" என்று சொன்ன மகனை, ரொம்ப நாளைக்குப் பிறகு மெல்ல அணைத்துக் கொண்டார்.

"நீ மிகவும் கள்ளங்கபடம் இல்லாதவனாக இருக்கிறாய்! எப்படிப் பிழைக்கப் போகிறாய் என்று மட்டும் ஒரு சிறிய கவலை எனக்கு இருக்கிறது. கொஞ்சம் சூதுவாதும் தெரியவேண்டும், அப்போதுதான் பிழைக்க முடியும். அது சரி, என்னுடைய கையெழுத்து இல்லாமல், எப்படி உன்னை ஹாஸ்டலில் இருந்து வெளியேற அனுமதித்தார்கள்?" என்று சிறு வியப்புடன் கேட்டார்.

"எலும்பு முறிவுக்கான மருத்துவச் சான்றிதழ் குடுத்து, உங்கக் கடிதமும் கொடுத்ததால் காலி செய்ய அனுமதி கிடைத்தது!"

"ஆனால், எந்தக் கடிதமும் நான் கொடுக்கவில்லை, கையெழுத்தும் போடவில்லையே, பின் எப்படி?"

"இந்தக் கையெழுத்துதானேப்பா?" என்று குறும்பாகப் பார்த்தபடி ஒரு துண்டுச்சீட்டில் போட்டுக் காட்டினான், சூதுவாது தெரியாத அவரது மகன்.

அவர் போடுவதைவிடத் துல்லியமாகப் பளிச்சிட்டது அவர் போடாத அவரது கையெழுத்து.

இதுவும் கடந்து போகும்!

* * *

❏ இதுவும் கடந்து போகும்